காரைக்கால் அம்மையார்

உள் அட்டையில் காணும் சிற்பக் காட்சியில், பகவான் புத்தரின் அன்னை மாயாதேவி கண்ட கனவின் பலனை மன்னர் சுத்தோதனருக்கு நிமித்திகர் மூவர் விளக்குகின்றனர். அவர்களுக்குக் கீழே அமர்ந்து அந்த விளக்கத்தை எழுதுகிறார் ஓர் எழுத்தர். எழுதும் கலையைச் சித்திரிக்கும் முதல் இந்தியச் சிற்பம் இதுவாகவே இருக்கலாம்.

நாகார்ஜுன மலைச் சிற்பம் பொ.யு. இரண்டாம் நூற்றாண்டு. (பட உதவி: நேஷனல் மியூசியம், புது தில்லி)

இந்திய இலக்கியச் சிற்பிகள்
காரைக்கால் அம்மையார்

கோமதி சூரியமூர்த்தி

சாகித்திய அகாதெமி

Karaikkal Ammaiyar: Monograph in Tamil by Gomathi Suriamurthy, Sahitya Akademi, New Delhi, Reprint 2020, Rs. 100/-

உரிமை © சாகித்திய அகாதெமி

கோமதி சூரியமூர்த்தி	: ஆசிரியர்
பொருள்	: இந்திய இலக்கியச் சிற்பிகள்
வெளியீடு	: சாகித்திய அகாதெமி
முதல் பதிப்பு	: 1962
இரண்டாம் பதிப்பு	: 2007
மூன்றாம் பதிப்பு	: 2011
நான்காம் பதிப்பு	: 2012
ஐந்தாம் பதிப்பு	: 2020
ISBN	: 978-81-260-1645-0
விலை	: ரூ. Rs. 100/-

All rights reserved. No part of this book may be reproduced or utilized in any form or by any means, electronic or mechanical including photocopying, recording or by any information storage and retrival system, without permission in writing from Sahitya Akademi.

சாகித்திய அகாதெமி

தலைமை : 'இரவீந்திர பவன்', 35, பெரோஸ்ஷா சாலை, புது தில்லி 110 001.
அலுவலகம் secretary@sahitya-akademi.gov.in | 011-23386626/27/28.

விற்பனை : 'ஸ்வாதி', மந்திர் சாலை, புது தில்லி 110 001.
அலுவலகம் sales@sahitya-akademi.gov.in | 011-23745297, 23364204.

கொல்கத்தா : 4, டி.எல். கான் சாலை, கொல்கத்தா 700 025.
rs.rok@sahitya-akademi.gov.in | 033-24191683/24191706.

சென்னை : குணா பில்டிங்ஸ், 443, அண்ணா சாலை, தேனாம்பேட்டை, சென்னை 600 018. chennaioffice@sahitya-akademi.gov.in
044-24311741 | 24354815.

மும்பை : 172, மும்பை மராத்தி கிரந்த சங்கிரகாலய சாலை, தாதர், மும்பை 400 014. rs.rom@sahitya-akademi.gov.in
022-24135744 | 24131948.

பெங்களூரு : மத்தியக் கல்லூரி வளாகம், பல்கலைக்கழக நூலகக் கட்டிடம், டாக்டர் அம்பேத்கர் வீதி, பெங்களூரு 560 001.
rs.rob@sahitya-akademi.gov.in. 080-22245152, 22130870.

அட்டை வடிவமைப்பு	: Spectrum Graphic Studio, Chennai
ஒளி அச்சு	: Chengamalam Enterprises, Chennai	
அச்சகம்	: Imperial Graphic, Chennai

Visit our website at *http://www.sahitya-akademi.gov.in*

பொருளடக்கம்

1. வரலாறு — 7
2. வரலாறு உணர்த்தும் வாழ்வியல் நெறிகள் — 17
3. நூல்கள் - ஓர் அறிமுகம் — 23
4. காரைக்கால் அம்மையார் பற்றிய செய்திகள் — 28
5. சைவ சித்தாந்தக் கருத்துக்கள் — 38
6. இலக்கிய நயம் — 62
7. அறிவுரைகள் — 81
8. அம்மையாரின் நூல்கள் — 85

1. வரலாறு

வரலாற்று மூலம்

காரைக்கால் அம்மையார் வரலாற்றை அறிய நமக்குப் பெரிதும் துணை செய்யும் நூல், சேக்கிழார் பெருமான் அருளிய திருத்தொண்டர் புராணத்திலுள்ள காரைக்கால் அம்மையார் புராணமே ஆகும். சேக்கிழார் 66 பாடல்களில் அம்மையார் வரலாற்றை விளக்கிக் கூறுகின்றார்.

பிறப்பு

சோழ நாட்டிலுள்ள கடற்கரைத் துறைமுகப்பட்டினம் காரைக்கால் என்பதாகும். அது பல வளங்கள் பெருகிய ஊர். துறைமுகப்பட்டினம் ஆதலால் பல ஊர்ப் பண்டங்களும் இங்கு வந்து இறங்கும். எனவே வணிகர்கள் நிறைந்த ஊர். அவர்கள் தருமத்தின் வழிநின்று, கொள்வதுவும் மிகைபடாது, கொடுப்பதுவும் குறைவுபடாது வாணிபம் செய்து வந்தனர். அங்குள்ள வணிகர்குலத் தலைவனாக விளங்கியவர் தனதத்தனார் என்பவர். அவர் பெருஞ்செல்வர். அவர் பல பிறவிகளில் செய்த தவத்தின் பயனாக அவருக்குத் திருமகளே வந்து அவதரித்ததுபோல பேரழகு மிக்க ஒரு தவப் புதல்வி பிறந்தனள். அம்மகளின் பிறந்த நாளையும், நட்சத்திரத்தையும் சேக்கிழார் குறிப்பிடவில்லை. அப் புதல்விக்குப் பெற்றோர் சூட்டிய பெயர் புனிதவதியார் என்பதாகும்.

இளம் பருவம்

புனிதவதியார் தளர்நடைப் பருவம் அடைந்தார். சிவபெருமானிடத்து அடிமை பூண்டவராய் அன்பு சிறக்கும் மழலைமொழி பேசினார். கொழுந்து வளர்வதுபோல புனிதவதியாரின் அழகு வளர, உடன் அவருக்குச் சிவபெருமானிடத்து அன்பும் வளர்ந்தது.

சிறுபருவத்தில் மணலில் சிற்றில் கட்டி விளையாடும்போதும், சிவபெருமானைப் பற்றிய மொழிகளையே பேசி வந்தார். சிவனடி யார்களைக் கண்டால் சிவன் எனவே தெளிந்து வுழிபடும் திறமும் வாய்க்கப் பெற்றவராய் அழகின் கொழுந்தென வளர்ந்து திருமணப் பருவம் அடைந்தார்.

திருமணம் நடைபெறல்

புனிதவதியார் மணப் பருவம் அடைந்தார். பெண்மைக் குரிய அழகும், பண்பும் நிறைந்த அவரை நாகப்பட்டினத்தில் உள்ள புகழ்பெற்ற வணிகர் நீதிபதி என்பவர், அவருடைய மைந்தன் பரமதத்தனுக்கு மணம் பேச முறைப்படி பெரியவர்களை அனுப்பினார். தனதத்தனும் சம்மதம் தெரிவிக்க, பெரியவர்கள் இதனைப் பரமதத்தனிடம் அறிவித்தனர். அவன் மனம் மகிழ்ந்து திருமணத்திற்கு ஆவனவற்றைச் சிறப்புறச் செய்யத் தொடங்கினான். பெண் வீட்டாருக்குத் திருமணக் நாள் குறித்துத் திருமுகம் எழுதி அனுப்பினான். திருமணப் பந்தல் சிறப்புற அமைக்கப்பட்டு, முளைப் பாலிகைகள் முதலியன அமைத்தனர். மணமகனுக்குக் காப்பு அணிவிக்கப்பட்டது. திருமணக் கோலம் புனைந்து மணமகனை அழைத்து வந்தனர். குறித்த நன்னாளில் புனித வதியார்க்கும், பரமதத்தனுக்கும் திருமணம் சிறப்பாக நடந்தேறியது.

இல்லற வாழ்க்கை

தனதத்தருக்குப் புனிதவதியாரைத் தவிர வேறு பிள்ளைப் பேறில்லாமையால் அவர் தன் மகளையும், மருமகனையும் நாகப்பட்டினத்திற்கு அனுப்ப மனமின்றி, அவர்கள் இருவரும் மனையறம் நடத்த வேண்டி, தனி வீடும், வாணிபம் தொடங்கப் பெரும் பொருள் கொடுத்து காரைக்காலிலேயே இருக்கச் செய்தார்.

பரமதத்தன் தன் வாழ்க்கைத் துணைவியிடம் மிகுந்த அன்புடையவனாய் இருந்தான். தன் மாமன் தந்த பெரும் பொருளை வாணிகத்தின் முதலாகக் கொண்டு வாணிகத்தை வளர்த்து மனைவளம் பெருக்கினான். புனிதவதியார் எவ்வுயிர்க் கும் தாயும், தந்தையுமாகிய இறைவனின் திருவடிகளில் வைத்த அன்பு மேன்மேலும் பெருகி முதிர இல்லறத்தை இனிதே நடத்

தினார். சிவனடியார்கட்குத் திருஅமுது அளித்தார். செம் பொன்னும், நவமணிகளும், நல்ல ஆடைகளும் தேவைக்கேற்ப தகுதியறிந்து கொடுத்தார். நற்குண, நற்செய்கைகளை உடைய வராய்த் தமக்கும், தம் கணவனுக்கும் புகழ் பெருக இல்லறம் நடத்தி வந்தார்.

அடியவருக்கு அமுதளித்தல்

இவ்வாறு நிகழும் நாட்களில் ஒரு நாள் பரமதத்தனைக் காண வந்தவர்களில் சிலர் அவனுக்கு இரண்டு மாங்கனிகளைக் கொடுத்தனர். அக்கனிகளைப் பெற்று, அவர்கள் வேண்டும் காரியங்களை முடித்தனுப்பிய பரமதத்தன், மாங்கனிகள் இரண்டை யும் ஆள் மூலம் வீட்டிற்கு அனுப்பி வைத்தார். அவ்வமயம் சிவனடியார் ஒருவர் மிகுந்த பசியுடன் புனிதவதியாரின் வீட்டிற்கு வந்தார். மண்ணினிற் பிறந்தார் பெறும் பயன்களுள் ஒன்று அரன் அடியார்க்கு அமுதளித்தல் அல்லவா? புனிதவதி யாரும் அடியவரின் தளர்வைக் கண்டு அவருக்கு அமுதளிக்க எண்ணினார். அந்நேரத்தில் திருவமுது மட்டும் சமைக்கப்பட்டு இருந்தது. கறியமுது தயார் செய்யப்படவில்லை. புனிதவதியார் வந்த அடியாரின் பசியின் தீவிரத்தை உணர்ந்து விரைவில் பசியாற்ற எண்ணி திருஅமுதுடன் கணவர் கொடுத்தனுப்பிய மாங்கனிகளுள் ஒன்றையும் வைத்து அடியார் பசி ஆற்றினார். மூப்பினால் தளர்ச்சியும், பசியினால் அயர்ச்சியும் கொண்ட சிவனடியார் சுவையுடைய அவ்வடிசிலை உண்டு புனிதவதி யாரின் அன்புச் செயலைப் பாராட்டிப் போயினார்.

திருவருள் வெளிப்பாடு

பரமதத்தன் பகலுணர்விற்கு வீட்டிற்கு வந்தான். வழக்கம் போல் நீராடி உண்ண அமர்ந்தான். மனைவியார் அருகிலிருந்து உண்பித்தார். திருஅமுதுடன் கறி அமுதும் படைத்தார். கணவர் அனுப்பிய இரு மாங்கனிகளுள் ஒன்றை அடியார்க்கு அமுது அளித்தது போக எஞ்சியிருந்த மற்றொரு கனியை அரிந்து வைத்தார். அது மிகுந்த சுவையுடன் இருந்ததால், அவன் மற்றொரு கனியையும் வைக்கக் கூறினான். புனிதவதியார் தான் அக்கனியைச்

சிவனடியார்க்குப் படைத்து விட்டதைக் கூறத் தோன்றாமல், கனி கொண்டு வருபவர் போல் அறைக்குள் புகுந்தார். புகுந்து என் செய்வார்? செய்வதறியாது மெய்மறந்து நின்றார். உற்ற இடத்து உதவும் சிவபெருமானைச் சிந்தித்தார். உடனே திரு வருளால் அவருடைய கையில் அதிமதுரக் கனி ஒன்று வந்தது. பரமதத்தனும் உண்டான். அக்கனியின் சுவை முன்பு படைத்த கனியின் சுவை போன்று இல்லாமல் அமுதினும் மேம்பட்டு இருந்தது. உடனே புனிதவதியாரை நோக்கி ''இக்கனி நான் முன்பு கொடுத்த கனியன்று. இது மூவுலகத்திலும் பெறுதற்கரியது. அதனை எங்கு பெற்றாய்?'' என்று கேட்டான். இறைவன் தமக்குச் செய்த பேரருளின் திறம் எடுத்துச் சொல்லத் தக்கது அன்று என்றும், கணவனிடம் உண்மையை மறைப்பது கற்புநெறிக்கு இழுக்கு என்றும் உணர்ந்து, செய்வதறியாது திகைத்து, கலங்கி, நடுங்கி, இறுதியில் உள்ளபடி உரைத்தலே கடன் என உணர்ந்து இறைவனை வணங்கி திருவருளால் கனி பெற்றதைக் கூறினார். பாச வயப்பட்ட கணவன் திருவருள் உண்மையைத் தெளிய வில்லை. எனவே, ஐயம் கொண்டு புனிதவதியாரை நோக்கி, ''இம்மாங்கனி உனக்குச் சிவபெருமான் அருளால் கிடைத்தது உண்மையாயின், அவனருளாலே இன்னும் ஒரு கனி வருவித்துத் தருக'' என்று வேண்ட, இறையருளால் மற்றொரு மாங்கனி வந்தது. அதனைக் கணவன் கையில் கொடுத்தார். அவன் அதனை அதிசயித்து வாங்க, அவன் கையிலிருந்து கனி மறைந்தது. அவன் அச்சம் கொண்டான். மனம் தடுமாறினான்.

அடியவர்கள், காண்பதற்கரிய கடவுளைக் காண்பதற்கரிய உபாயமாகத் திகழ்வார்களாதலால், அவர்களை 'பராவுசிவர்' என்றும் (*திருஞானசம்பந்தர் தேவாரம்* 3:325:6, *சிவஞானசித்தியார், செ.* 287), 'நடமாடு கோயில்' (*திருமந்திரம்,* 1857) என்றும், சைவ நூல்கள் விளம்பும். நடமாடும் கோயில் நம்பர்க்கு ஒன்று ஈவது, படமாடும் கோயில் புகுவதற்கும் ஆகுமாதலால், அம்மையார் அடியவர்க்குப் படைத்த கனி அவருக்கு உணவாகி அதன் மூலம் இறைவனுக்கும் ஆகிப் பின்னர் திருவருள் வெளிப்பாட்டிற்குப் பயன்பட்டது. திருவருளால் இரண்டாம் முறை பெற்ற மாங்கனி பரமதத்தன் கையில் வந்ததும் மறைந்ததற்கு அவன் திருவருட்

செயலை ஐயுற்றதே காரணம் ஆகும். ''ஏதுக்களாலும் எடுத்த மொழியாலும் மிக்குச் சோதிக்க வேண்டாம்'' என்ற திருஞான சம்பந்தர் வாக்கு (3:312:5) இங்கு சிந்தித்தற்குரியது. இறையருள் பக்குவமில்லாத உயிர்களால் உணரப்பட முடியாததால் அம்மை யார் ஈசன் அருள் என்று கூறியபோதும் பரமதத்தன் தெளியாமல் அச்சமே கொண்டான். இஃது திருவருள் பக்குவமில்லாத உயிர் களால் அறிந்துகொள்ளத் தக்கது அன்று என்பதைப் புலப்படுத்தும்.

தன் மனைவி ஒரு தெய்வப் பெண்மணி என பரமதத்தன் உணர்ந்தான். அவரை விட்டு நீங்கத் துணிவு கொண்டான். அவரிடம் தொடர்பின்றி வாழ்ந்தான்.

பரமதத்தன் வேற்றூர் செல்லல்

'திரைகடலோடியும் திரவியம் தேடு' என்ற பழமொழியின் படி கப்பலில் கடலில் சென்று பொருளீட்டுதல் மிகப் பழங் காலம் முதல் தமிழர்களிடையே உள்ள பழக்கம் அவ்வாறு வாணிபத்திற்காக கடல்கடந்து செல்லும்போது மனைவியை உடன் அழைத்துச் செல்லும் மரபு அக்காலத்தில் இல்லை. எனவே, மனைவியை விட்டுப் பிரிய எண்ணிய பரமதத்தன், சில நாட்கள் கழிந்தபின் உறவினர்களிடம் தான் கடல்மீது கப்பலில் சென்று அயல் நாட்டில் வாணிகம் செய்து, பெருநிதி கொண்டு வருவதாகக் கூறினான். உறவினர்களும் அவனுக்காக ஒரு மரக்கலம் அமைத்தனர். தான் செல்ல அயல் தேசத்தார் விரும்பும் பண்டங் களை நிறைய ஏற்றி, நல்ல நாளில் கடல் கடவுளைப் போற்றி, கப்பல் ஏறித் தான் கருதிய தேசம் சேர்ந்து, வாணிபத் துறையில் பெரும் பொருள் ஈட்டினான். மீண்டும் கப்பலேறிப் பாண்டிய நாட்டிலுள்ள ஒரு பட்டினம் சேர்ந்தான். அவ்வூரில் ஒரு வணிகன் மகளைத் திருமணம் செய்து கொண்டான். இனிமையாக நன்னெறியில் ஒழுகுபவன் என்று ஊரார் போற்றி வாழ்ந்து வரலானான். தன் முதல் மவைியை மனதுக்குள் வழிபட்டுக் கொண்டு அவளைப் பற்றி வெளியே ஒன்றும் கூறாமல் வாழ்ந்து வந்தான். அவ்வாறு வாழும் நாளில் ஒரு அழகிய பெண் குழந்தை பிறந்தது. மகிழ்ச்சி அடைந்தான். தான் வழிபடும் தெய்வமான முதல் மனைவியின் பெயரையே அம்மகவுக்குச் சூட்டினான்.

கணவனிடம் சேர்ப்பிக்கச் சுற்றத்தார் முயற்சி

பரமதத்தன் பாண்டிய நாட்டில் இவ்வாறு வசிக்க, காரைக் காலில் அம்மையார் கடல்மீது சென்ற கணவர் வருவாரென எதிர்பார்த்துக் காத்திருந்தார். கற்புநெறியுடன் கண்ணுதற் பெரு மானை வழிபட்டு அறம் புரிந்து வாழ்ந்தார். புனிதவதியாரின் உறவினர்கள் அவன் பாண்டிய நாட்டில் பெருஞ்செல்வனாய் வாழ்வதைக் கேள்வியுற்று, சுற்றத்தார் சிலரை அனுப்பி உண்மை அறிந்தனர். அம்மையாரை அவரிடம் கொண்டு சேர்க்க எண்ணி, சிவிகையில் ஏற்றி, தோழியரும், சுற்றத்தாரும் சூழ பாண்டிய நாடு அடைந்தனர். கணவனுக்குச் சொல்லி அனுப்பினர். அவன் தன் இரண்டாம் மனைவியையும், மகளையும் அறிமுகப்படுத்தி அவரருளால் வாழ்வதாகக் கூறி அவர் திருவடிகளில் வீழ்ந்து வணங்கினான். சுற்றத்தார் பெரிதும் திடுக்குற்று, "நீர் உம் மனைவியை வணங்குவது தகுமோ?" என்று பரமதத்தனைக் கேட்டனர்.

பரமதத்தன் அவர்களை நோக்கி, "இவர் மக்கட் பிறவி யல்லர், நற்பெருந்தெய்வம் என்று உணர்ந்ததால் பிரிந்து தனியே வந்து எனக்கேற்ற பெண்ணொருத்தியை மணந்தேன். அவளிடம் யான் பெற்ற இப்பெண் மகவிற்கு நான் வணங்கும் அவர் திருப் பெயரையே சூட்டியுள்ளேன். நீங்களும் அவரை வணங்குங்கள்" என்றான்.

பேய் வடிவு வேண்டிப் பெறுதல்

வணிகர்கள் செய்வதறியாது மயங்கி நின்றனர். புனிதவதியார் சிவபெருமானைச் சிந்தித்து, "என் கணவருக்காக வனப்பு மிக்க இத்தசைப் பொதியைச் சுமந்து நின்றேன். இனி இது வேண்டேன். உன் மலர்த்தாள் போற்றும் பேய் வடிவு அடியேனுக்கு வேண்டும்" என வேண்டினர்.

வேண்டுவார்க்கு வேண்டுவ நல்கும் இறையருளால், அவர் ஊனுடம்பு நீங்கி, என்பு உடம்பு பெற்று வானமும் மண்ணும் வணங்கும் பேய் வடிவு பெற்றார்.

சிவ கணங்கள் ஆர்த்தனர். வான துந்துபி முழங்கியது. தேவர்கள் மலர்மாரி பொழிந்தனர். சுற்றத்தார் வியந்து அஞ்சித் தொழுது திரும்பிச் சென்றனர்.

நூல்கள் அருளல்

பேய் வடிவு பெற்ற அம்மையார் இறையருளை வியந்து அற்புதத் திருவந்தாதி என்ற நூலையும், திருஇரட்டை மணி மாலையையும் பாடிப் பரமனைப் போற்றினர்.

கயிலை செல்லல்

கயிலைக்குச் செல்ல காதல் கொண்டார். கண்டவர்கள் 'பேய்', 'பேய்' என்று அலறி ஓடினர். உண்மையறியா மக்கள் உரைப்பதை அவர் பொருட்படுத்தவில்லை. கயிலையை அடைந்தார்; கை குவித்தார். எம்பெருமான் சிவபெருமான் வீற்றிருக்கும் இவ்வெள்ளி மலை மேல் காலால் நடத்தல் தகாது என்ற எண்ணித் தலையாலே நடந்து செல்வாராயினர். கயிலை யில் இறைவனோடு வீற்றிருக்கும் உமாதேவியார் அது கண்டு, ''தலையால் நடந்து வருகின்ற இந்த என்பு உடம்பின் அன்பு என்னே!'' என்று வியப்புற்று வினவினார். இறைவனும் உமா தேவியை நோக்கி, ''இவள் நம்மை வழிபடும் அம்மை. இப் பெருமை மிக்க வடிவை நம்மை வேண்டிப் பெற்றாள்'' என்றார். பிறகு புனிதவதியார் அருகில் வந்ததும், ''அம்மையே'' என்னும் செம்மொழியால் உலகமெல்லாம் உய்ய அழைத்து அருளினார். அம்மையும் ''அப்பா'' என்று அன்பினால் அலறி அரனார் அடிக் கீழ் வீழ்ந்து வணங்கினார்.

வரம் வேண்டிப் பெறுதல்

வீழ்ந்து வணங்கி எழுந்தவரைச் சிவபெருமான் ''உனக்கு என்னிடத்தில் வேண்டுவது என்ன?'' என்று வினவினார். அம்மையாரும் இறைவனை வணங்கி, ''தங்களிடம் நீங்காத இன்ப அன்பு வேண்டும். பிறவாமை வேண்டும். மீண்டும் பிறப் புண்டேல் தங்களை மறவாமை வேண்டும். மேலும் தாங்கள் ஆடும்போது தங்கள் திருவடிக் கீழிருந்து நான் மகிழ்ந்து பாட வேண்டும்'' என்று வேண்டினார். இறைவனும் ''தென் திசை

யிலே திருவாலங்காட்டிலே நாம் நடனம் ஆடும்போது நீ கண்டு மகிழ்ந்து பாடுக" என்று அருளிச் செய்தார்.

திருவாலங்காடு செல்லல்

அம்மையாரும் சிவபெருமானை வணங்கி விடைபெற்றுத் தென்னாடு அடைந்து திருவாலங்காட்டிற்குத் தலையால் நடந்து சென்றார். அங்கு அண்டமுற நிமிர்ந்தாடும் அரனாரின் அழகிய ஆடல் கண்டு, 'கொங்கை திரங்கி' என்று தொடங்கும் மூத்த திருப்பதிகத்தையும், 'எட்டியிலவம்' என்று தொடங்கும் திருப் பதிகமும் பாடிப் போற்றினார்.

முக்தி அடைதல்

கண்ணுதற் பெருமானால் 'அம்மையே' என்று அழைக்கப் பெற்ற காரைக்கால் அம்மையார், ஆலங்காட்டடிகளது தூக்கிய திருவடிக் கீழ் நீங்காது உறையும் பெருவாழ்வு பெற்றார் என்பது சேக்கிழார் கூறும் வரலாறு. அம்மையார் இறைவன் திருவடிப் பேறு அடைந்த நாள் பங்குனி மாதம் சுவாதி நன்னாள் ஆகும்.

காரைக்கால் அம்மையார் பற்றி சுந்தரர்

சுந்தரர்,

"பெருமிழலைக் குறும்பர்க்கும் பேயார்க்கும் அடியேன்"
(*திருத்தொண்டத் தொகை, செ.* 4)

என்று அம்மையாரைப் போற்றுகின்றார். இதனால் அம்மையார் இறைவனிடம் பேய் வடிவம் வேண்டிப் பெற்றவர் என்பது புலனாகும்.

காரைக்கால் அம்மையார் பற்றி நம்பியாண்டார் நம்பி

திருத்தொண்டத் தொகையில் குறிப்பிடப்படும் ஒவ்வொரு அடியவர் வரலாற்றையும் நம்பியாண்டார் நம்பி தம் திருத் தொண்டர் திருவந்தாதியில் ஒரு பாட்டில் கூறியருளினார்.

"நம்பன் திருமலை நான்மிதியே என்று தாளிரண்டும்
உம்பர் மிசைத்த லையானடந் தேறவுமை நகலும்

செம்பொன் னுருவ னென்னம்மையெனப் பெற்றவன் செழுந்தேன்
கொம்பினுகு காரைக்காலினின் மேய குலதனமே''
(*திருத்தொண்டர் திருவந்தாதி, செ.* 28)

என்பது நம்பியாண்டார் நம்பி கூறும் பாடலாகும். இதில் அம்மையார் பற்றி அறியவரும் செய்திகள் பின்வருமாறு:

1. *அம்மையார் காரைக்காலில் வணிகர் குலத்தில் பிறந்தவர்.*
2. *அம்மையார் கயிலை மலைக்குத் தலையால் நடந்து சென்றவர்.*
3. *சிவபெருமானால் 'அம்மையே' என்று அழைக்கப்பட்ட சிறப்புடையவர்.*

காரைக்கால் அம்மையார் பற்றி உமாபதிசிவம்

உமாபதிசிவம் 'திருத்தொண்டர் புராணப் பயன்' என்னும் 'திருத்தொண்டர் புராண சாரம்' என்ற நூலில் அம்மையாரை,

''நன்கு புகழ்க் காரைக்கால் வணிகன் மிக்க தனதத்தன்
தரும் புனிதவதியார் மாவின்
செங்கனிகள் திருவருளால் அழைப்பக் கண்டு திகழ்
கணவன் அதிசயித்து நேசம் நீங்க
அங்க உடல் இழந்து முடிநடையால் ஏறி அம்மையே
என நாதன் அப்பா என்று
பொங்குவட கயிலை பணிந்து ஆலங்காட்டிற்
புனிதன்நடம் அனவரதம் போற்றினாரே''
(*திருத்தொண்டர் புராண சாரம், செ.* 28)

என்று போற்றுகின்றார். இப்பாடலிலிருந்து அம்மையாரின் வாழ்வியல் பற்றி அறிய வரும் செய்திகள் பின்வருமாறு:

1. *காரைக்காலிலுள்ள புகழ் பெற்ற வணிகன் தனதத்தன்.*
2. *அவருடைய மகளே அம்மையார் என்பதும், அவர் இயற்பெயர் புனிதவதி என்பதும் அறியப்படும்.*
3. *திருவருளால் அம்மையார் மாங்கனிகள் பெற்றவர்.*

4. அம்மையாரின் தெய்வத் தன்மையைக் கண்டு கணவனார் அவரை விட்டு நீங்கினார்.

5. அம்மையார் திருக்கயிலைக்குத் தலையால் நடந்து சென்றவர்.

6. இறைவனால் 'அம்மையே' என அழைக்கப் பெற்றவர்.

7. ஆலங்காட்டில் அரனார் ஆடல் கண்டு மகிழ்ந்து பரவிப் போற்றியவர்.

அம்மையார் அவதரித்த காரைக்காலில் அம்மையாருக்குத் தனிக்கோயில் ஒன்று உள்ளது. திருவருளால் அதிமதுரக் கனி பெற்ற அம்மையார் தெய்வத் தன்மை விளங்க நின்ற திருநாள் 'மாம்பழத் திருநாள்' என்ற பெயரில் இன்றும் ஆனி மாதம் பௌர்ணமி நாளில் காரைக்காலில் சிறப்பாகக் கொண்டாடப் பட்டு வருகின்றது. அன்று வீடுகளின் மாடியிலிருந்து கூடை கூடையாய் மாம்பழங்கள் தெருவில் வீசப்படும். அவை தெய்வத் தன்மை வாய்ந்தவை என்று கருதப்பட்டு, அவற்றைப் பெறுவோர் வாழ்வில் எல்லா நலன்களும் பெறுவர், குழந்தைப் பேறு இல்லாதவர்க்குக் குழந்தை உண்டாகும் என்று நம்பி அப்பழங் களைப் பெற மக்கள் ஒருவரோடொருவர் போட்டியிடுவர். அன்று இறைவன் பிச்சாடணர் கோலத்தில் திருவீதி உலா வருவது கண்கொள்ளாக் காட்சியாகும்.

2. வரலாறு உணர்த்தும் வாழ்வியல் நெறிகள்

அம்மையாரின் வரலாற்றிலிருந்து இக்காலத்தவர்கள் நினவில் கொள்ள வேண்டிய வாழ்வியல் நெறிகள் சிலவற்றை நாம் காண்போம்.

அம்மையார் அவதரித்த காரைக்கால் என்னும் திருத்தலத்தை,

''மானமிகு தருமத்தின் வழிநின்று வாய்மையினில்
ஊனமில் சீர்ப் பெருவணிகர் குடிதுவன்றி ஓங்கு பதி''
(*கா.பு. செய்யுள்,* 1)

என்று சேக்கிழார் சிறப்பிக்கின்றார். தருமம் என்றால் அறம். வணிகர்க்குரிய தருமம் 'கொள்வதூஉம் மிகை கொளாது, கொடுப்பதூஉம் குறைவு படாது''வாணிபம் செய்தல் ஆகும். அதற்குத் தாழ்வு நேர்ந்தவழி தம் உயிரையும் பொருட்படுத்தார் என்பதைப் புலப்படுத்த 'மானமிகு தருமத்தின் வழிநின்று' என்கிறார் சேக்கிழார். இக்காலத்தில் வணிகர்கள் உணவுப் பொருட்களில் கலப்படம் செய்வதும், எடையைக் குறைத்து பொருட்களை விற்பதும், கறுப்பு வாணிபம் (Black Market) செய்வதும் மிகவும் வருந்தத் தக்கது. உலக நலம் கருதி வணிகர்கள் அறத்துடனும், அருளுடனும் தொழிலாற்ற வேண்டும் என்பது உணர்த்தப்படுகின்றது.

அம்மையாரின் பிறப்பைப் பற்றிக் கூற வரும் சேக்கிழார்,

''வங்கமலி கடற்கரைக்காலின்கண் வாழ்வணிகர்
தங்கள்குலத் தலைவனார் தனதத்தனார் தவத்தால்
அங்கவர்பால் திருமடந்தை அவதரித்தாள் எனவந்து
பொங்கிய பேரழகு மிகப் புனிதவதியார் பிறந்தார்'' (*செ.* 2)

என்கிறார். இக்காலத்தில் குழந்தைகள் கருவிலிருக்கும் போதே ஸ்கேன் செய்து பார்த்து, கரு பெண்ணானால் அழிப்பதையும் காண்கிறோம். குழந்தை பிறந்ததும் என்ன குழந்தை என்று அறிய 'வரவா செலவா' என்று கேட்கின்றனர். 'வரவு' என்றால் ஆண், செலவு என்றால் 'பெண்'ணாம். அந்தோ பரிதாபம்! பெண் குழந்தை பிறந்திருந்தால், 'என்ன குழந்தை?' என்று கேட்பவர்க்குப் பதிலே சொல்லா நிலையையும் காண்கிறோம். ஆனால், தனதத்தனாரின் தவத்தால் புனிதவதியார் பிறந்தார் என்று சேக்கிழார் கூறுவது பெறுதற்குரிய பெண் மகவைப் பெறவும் முற்பிறப்பில் தவம் செய்திருக்க வேண்டும் என்பதை உணர்த்தும்.

அம்மையாரின் வரலாற்றைக் கூறும் சேக்கிழார் மற்றோர் இடத்திலும் பெண் மகவின் சிறப்பை உணர்த்துகின்றார். தனதத்தன் இரண்டாம் மனைவி மூலம் முதலில் ஒரு பெண் குழந்தையைப் பெற்றதைக் குறிக்கும் சேக்கிழார்,

> ''பெருகொளி விளக்குப் போல் ஒரு பெண் கொடி அரிதிற்
> பெற்றான்'' (*செ.* 37)

என்று கூறுவது பெண்மகவால் குடி பெருகும், குலம் வளரும் என்ற சிறப்பினை உணர்த்தும். இக்காலத்தில் சில இடங்களில் பெண் சிசுக் கொலை செய்வோர் இதனை உணர்ந்து திருந்துவார்களாக.

அறிவியல் வளர்ச்சி மிகுந்துவரும் இக்காலத்தில் இளஞ் சிறுவர்களிடையே ஆன்மிக உணர்வு குறைந்து வருவது கண்கூடு. சமுதாய நலனுக்குச் சமய உணர்வு இன்றியமையாதது. புனித வதியார் தளர்நடைப் பருவத்திலேயே சிவபெருமானின் மீது பற்று கொண்டு அவரது திருவடிக்கண் அடிமையாகி, அடங்காக் காதலுடன் அவரைப் போற்றியது (*செ.* 3) சிறு வயதிலேயே குழந்தைகளிடம் சமய உணர்வு ஊன்றப்பட வேண்டும் என்பதை உணர்த்தும். இளம் மூங்கிலை எளிதில் வளைத்து விடலாம். முற்றிய மூங்கிலை வளைக்கப் புகுந்தால் ஒடிந்து விடும். எனவே, பெற்றோர்கள் சிறு வயதிலேயே தங்கள் குழந்தைகளிடத்து இறை நம்பிக்கையை ஊட்டி, இறை உணர்வை எழுப்பி அவனைப் போற்றும் பழக்கத்தை உண்டாக்க வேண்டும். இது மனித நேயம் வளர உதவும்.

அம்மையார் சிறு வயதில், சிற்றில் கட்டி விளையாடும் போதும் இறைவனைப் போற்றியதையும், அவனடியார்களைக் கண்டால் தொழும் பாங்கினையும் சேக்கிழார் உரைப்பார் (செ. 5). இது விளையாடும்போதும் குழந்தைகட்கு இறைவனைப் பற்றிய சிந்தனை வேண்டும் என்பதையும், அவனை வணங்குவதுபோல அவனடியார்களையும் வணங்கும் பழக்கம் வரவேண்டும் என்பதையும் உணர்த்தும். உலகோர்க்கு இவ்வொழுக்க நெறியை உணர்த்த மாணிக்கவாசகர் பெண்களின் விளையாட்டுப் பாங்கினில் இறைவனைப் போற்றியுள்ளது இங்கு நினைவுகூரத் தக்கது. இறைவனைப் போற்றிப் பாடுவதால் வாழ்வில் அமைதியும், மகிழ்ச்சியும் உண்டாகும். அடியார்களைத் தொழுவது பணிவு என்னும் பண்பை வளர்க்கும்.

அம்மையார் அடியவர்கட்கு அமுது படைக்கும் திருத் தொண்டு செய்தவர். மண்ணினிற் பிறந்தார் பெறும் பயன்களுள் முதலாவதாக அடியவர்கட்கு அமுது செய்வித்தலைச் சேக்கிழார் குறிப்பிடுகின்றார் (ஞானசம்பந்தர் புராணம், செ. 1087). திருமூலரும் ஆயிரக்கணக்கான அக்கிரகாரங்கள் கட்டி அந்தணர் கட்குக் கொடுப்பதும், ஆயிரக்கணக்கான கோபுரங்கள் கட்டுவதும், ஒரு ஞானிக்கு ஒரு நாள் ஒரு பகற் பொழுதில் உணவளிப்பதற்கு ஈடாகாது என்கிறார்.

"அகரம் ஆயிரம் அந்தணர்க்கு ஈயில் என்
சிகரம் ஆயிரம் செய்து முடிக்கில் என்
பகரு ஞானி பகலூண் பலத்துக்கு
நிகரிலை என்பது நிச்சயம் தானே" (திருமந்திரம், 1860)

என்று சிவனடியார்க்கு அமுது செய்வித்தலின் சிறப்பை உணர்த்து கின்றார். ஒரு சமயம் முதிர்ந்த சிவனடியார் முற்பகல் நேரத்தில் வீட்டிற்கு வந்தபோது, கறியமுது செய்யப்படாதிருந்த போதும், திரு அமுதுடன் மாங்கனி வைத்து, விரைந்து பசி ஆற்றியது சிவனடியார்களின் பசியை உடனே தீர்த்தல் வேண்டும் என்பதை உணர்த்தும்.

இறையருளால் மாங்கனி பெற்ற நிகழ்ச்சியால் மனைவி யின் தெய்வத் தன்மையை உணர்ந்த கணவன் தானும் இறை

வழிபாட்டில் உறுதியாய் நின்று, இறைவனைப் பற்றிய ஒருமுகச் சிந்தனையுடன் இருந்து அவனருளைப் பெற வேண்டும் என்று எண்ணாது இல்லத்தை விட்டு அகல எண்ணியது, அவனை வணங்குதற்கும் அவனது அருள் வேண்டும் என்பதை உணர்த்தும். 'அவனருளாலே அவன் தாள் வணங்கி' (*சிவபுராணம், வரி,* 18) என்று மாணிக்கவாசகர் கூறுவது இங்கு நினைவுகூர்தற்குரியது.

மேலும் அம்மையாரின் கணவன் பரமதத்தன் பாண்டிய நாடு சென்று, மற்றொரு பெண்ணை மணந்தது, பாற்கடலில் வசிக்கும் மீன் அதிலுள்ள பாலைப் பருகாது, பயிற்சி காரணமாய்ப் புழு பூச்சிகளையே உண்பது போன்று, அருள் வயப்படாத உயிர்கள் பழக்கம் காரணமாய் இந்த உலகியல் இன்பத்தையே பெரிதாக விரும்பும் என்ற வாழ்வியல் உண்மையை உணர்த்தும்.

சுற்றத்தார்கள் அம்மையாரைப் பரமதத்தனிடம் சேர்ப்பிக்கக் கூட்டி வந்தபோது அவன் அம்மையாரை வணங்கி, அவரின் தெய்வத் தன்மையை அவர்கட்கு உணர்த்தி, அவரோடு இல்லறம் நடத்த இசையவில்லை. அவ்வமயம் அம்மையார் 'ஈங்கிவன் கொள்கை இது என்றால் இவனுக்காகத் தாங்கிய வனப்பு நின்ற தசைப் பொதி நீங்கி இறைவன் தாள் பரவும் பேய் வடிவு வேண்டிப் பெற்றார்' (செ. 49).

இவனுக்காகத் தாங்கிய வனப்பு நின்ற தசைப் பொதி என்றது பெண்களின் அழகும், அதை ஆடை ஆபரணங்களால் கூட்டிக் கொள்வதும் தத்தம் கணவரின் அனுபவத்திற்கே என்பது உணர்த்தப்படும். ஏனையோர் கண்களுக்குக் கை கூப்பி வணங்கத் தக்க தெய்வீகத் தன்மையுடன், அடக்கத்துடன் பெண்களின் அழகு திகழ வேண்டும். சேக்கிழார் பெரிய புராணத்தில் நாயன் மார்களின் மனைவியின் அழகைத் திருமகளுடன் ஒப்பிட்டுக் கூறுவது இங்கு நினைவு கூர்தற்குரியது. **பெண்களுக்குப் பிறர் நெஞ்சு புகா கற்பு நெறி வேண்டும்.** அம்மையார் பேய் வடிவு வேண்டிப் பெற்றது பிறர் நெஞ்சு புகா கற்பு நெறிக்காக எனலாம்.

அம்மையார் இறைவனிடம் முதற்கண் இறவாத இன்ப அன்பை வேண்டுகின்றார். இறைவனிடம் அன்பு கொண்டவர்கள் நெஞ்சில் அவனருளால் வஞ்சம் உண்டாகாது. அபிராமி அம்மை

யின் கடைக்கண் பார்வை, 'நெஞ்சில் வஞ்சமில்லா இனம் தரும்' (*அபிராமி அந்தாதி*, 69) என்று அபிராமி பட்டர் கூறுவது இங்கு நினைவு கூரத் தக்கது. அன்பு என்னும் பண்பினால் அறம் என்னும் பயன் உண்டாகும். இறைவனிடம் இறவாத அன்பு கொள்வது அறத்தின் வழி நிற்க உதவும். இதனை,

"செல்வன் கழல் நேசமாக்கும் திறத்தார் அறத்தார் நெறிப்
பாலரே" (2:255:4)

இறைவன் திருவடிகளைப் பணிந்து அன்புடன் ஏத்தும் பாங்குடையவர்கள் அறத்தின்வழி நிற்பார்கள் என்ற திருஞான சம்பந்தர் வாக்கும் உறுதி செய்யும். இறைவனை அன்புடன் வழிபடும் தொண்டர்கள் தீயனவற்றை மனத்தாலும் அறியார். தீய செயல்களைச் செய்யார். நற்குணமும், நல்லொழுக்கமும் உடையவராய்த் திகழ்வர். எனவே, மனம், வாக்கு, காயத்தால் தீமை செய்யாது நற்குண, நல்லொழுக்கத்துடன் ஒருவன் திகழ வேண்டுமானால், இறைவனிடம் இறவாத இன்ப அன்பு செலுத்தி வழிபடுதல் வேண்டும் என்ற வாழ்வியல் நெறியை அம்மையாரின் இவ்வரம் உணர்த்துகின்றது. "இறைவனிடத்தும் அடியவர்களிடத்தும் அன்பில்லாதவர்கள், பிறவுயிர்கள் யாவற்றினும் அன்பில்லாதவர்களாய் தம் மேலுமே அன்பில்லாதவர்கள் ஆவர். இத்தகையோர் உயிரோடிருந்தும் அறிவிலாத பிணங்கள் ஆவர்" என்கின்றார் அருணந்தி சிவாசாரியார் (*சிவஞான சித்தியார் சுபக்கம்*, செ. 323).

அடுத்து அம்மையார் இறைவனிடம் பிறவாமையை வேண்டுகின்றார். ஒருவன் ஒன்றை விரும்புவதனால் பிறவா நிலைமையை விரும்ப வேண்டும். அஃது அவா அற்ற நிலையை விரும்பினால் உண்டாகும் என்று வள்ளுவர் கூறுகின்றார் (*குறள்*, 362).

"வேண்டுங்கால் வேண்டும் பிறவாமை என்றமையால்
வேண்டின் அஃதொன்றுமே வேண்டுவது - வேண்டின் அது
வேண்டாமை வேண்ட வரும் என்றமையால் வேண்டிடுக
வேண்டாமை வேண்டும் அவன் பால்"

(*திருக்களிற்றுப்படியார்*, 40)

என்று திருக்கடவூர் உய்யவந்த தேவர் கூறுகின்றார். நாமும் இறைவனிடம் பிறவாமையையே பிரார்த்திக்க வேண்டும்.

வினை நீக்கம் பெற்றால் தானே பிறவா நெறி உண்டாகும். நாம் இப்பிறவியில் அனுபவித்த வினைப் பலன்கள் போக, வினைகள் எஞ்சியிருக்குமேயானால் அதன் காரணமாக - மீண்டும் பிறப்பு உண்டாகுமே. என் செய்வது? மீண்டும் பிறப்பு உண்டேல் உன்னை என்றும் மறவாமை வேண்டும் என்று இறைவனிடம் அம்மையார் வேண்டி நமக்கும் வழிகாட்டுகின்றார்.

இறுதியாக அம்மையார் இறைவனிடம் தான் மகிழ்ந்து பாட, அறவனான ஆண்டவன் ஆட, அவனடியின் கீழ் இருக்கும் வரம் வேண்டுகின்றார். இறைவன் விரும்பும் அரச்சனை பாட்டேயாதலால் நாம் அவனைக் காதலாகிக் கசிந்து கண்ணீா் மல்கி நாளும் போற்ற வேண்டும்.

அம்மையார் இறைவனிடம், 'உன் அடியின் கீழ் இருக்க' என்று வேண்டியது, 'சுத்த அனுபோகத்தைத் துய்த்தல் அணு' (*உண்மை விளக்கம்,* 50) என்றும், 'உயிர் தானும் சிவானுபவம் ஒன்றினுக்கே உரித்தே' (*சிவஞான உத்தியார் சுபக்கம்,* 319) என்றும் சாத்திர நூல்கள் கூறும் முக்தி நிலையை, இவ்வுடலில் உயிருள்ளபோதே இறைவனை உணர்ந்து அழுந்தி அனுபவித்துப் பேரின்பம் துய்த்தல் உயிர்களின் கடன் என்பதை உணர்த்தும்.

இவ்வாறு அம்மையாரின் வரலாறு இக்கால மக்கள் உய்தி பெற பல வாழ்வியல் நெறிகளை உணர்த்துவது கண்டு இன்புறத் தக்கது.

3. நூல்கள் - ஓர் அறிமுகம்

அம்மையார் அருளிய நூல்கள்

காரைக்கால் அம்மையார் அருளிய நூல்கள் அற்புதத் திருவந்தாதி, திருவிரட்டை மணிமாலை, திருவாலங்காட்டு மூத்த திருப்பதிகங்கள் இரண்டு என்பது அம்மையாரின் புராணத்திலிருந்து அறியப்படும்.

நூல்கள் பாடப்பட்ட சூழல்

பேய் வடிவு பெற்ற அம்மையார் இறைவனருளால் தம் உள்ளத்துத் தோன்றிய சிவஞானத்தின் ஒருமைப்பாட்டினால் உமையொரு கூறனாகிய இறைவனைப் பாடிப் போற்றிய முதல் நூல் அற்புதத் திருவந்தாதி ஆகும். இதனை,

"உற்பவித்து எழுந்த ஞானத்து ஒருமையின் உமைகோன் தன்னை
அற்புதத் திருவந்தாதி அப்பொழுது அருளிச் செய்தார்"
          (காரைக்கால் அம்மையார் புராணம், செ. 52)

என்று சேக்கிழார் கூறுகின்றார். இங்கு கூறப்படுகின்ற ஞானத்தின் ஒருமையாவது அறிவு, அறிபவன், அறியப்படுவோன் என்று மூன்றாகப் புலப்படாது, சிவனறிவு மாத்திரமே தோன்றி தானற்று நிற்கும் நிலையாகும்.

"மூன்றாய தன்மை அவர்தம்மின் மிக முயங்கித்
தோன்றாத இன்பம் அது என் சொல்" *(திருவருட்பயன், 79)*

என்று உமாபதிசிவம் கூறுவதை ஒத்த நிலை இது.

காரைக்கால் அம்மையார் திருவருள் ஞானம் பெற்றவர். "திருவருள் ஞானமாவது முதலிகள் மூவர் காரைக்கால்

அம்மையார் முதலானோர்க்கு உண்டாகிய ஞானம் என அறிக'' என்று மதுரை சிவப்பிரகாசர் கூறுவதால் புலனாகும். பேய் வடிவம் பெற்றவுடன் அத்தன்மையின் திறத்தினை வியந்து பாடியது அற்புதத் திருவந்தாதி ஆகும்.

அதனையடுத்து அத்தன்மை ஆக்கிய இறைவனது சிறப்புக் களைப் புகழ்ந்து திருவிரட்டை மணிமாலை என்ற நூலை அருளினார்.

திருக்கயிலையில் இறைவனிடம் பெற்ற அருளாணைப்படி திருவாலங்காட்டில் அண்டமுற நிமிர்ந்தாடும் இறைவனின் திருக்கூத்தைக் கண்டபோது பாடியது, 'கொங்கை திரங்கி' என்று தொடங்கும் திருவாலங்காட்டு மூத்த திருப்பதிகம் ஆகும். அதன்பின் அருளியது 'எட்டியிலவம்' என்று தொடங்கும் திருப்பதிகம் ஆகும்.

நூற்பெயர்க் காரணம்

அற்புதத் திருவந்தாதி

அற்புதத் திருவந்தாதி செய்யுள் அந்தாதி முறையில் அமைந்துள்ளது. அந்தாதி என்பது செய்யுளின் இறுதியிலுள்ள எழுத்து, அசை, சீர், சொல், அடி ஆகிய இவற்றுள் யாதானும் ஒன்று அதற்கடுத்த செய்யுளில் முதலில் வருவது (*யாப்பருங்கலக் காரிகை, உறுப்பியல், சூத். 17*). அற்புதத் திருவந்தாதியின் முன்பாட்டின் முடிவுச் சொல் அடுத்த பாட்டின் முதலில் அமைந்துள்ளது. முதல் பாட்டின் முதற்சொல், ஈற்றுச் செய்யுளின் இறுதிச் சொல்லோடு ஒன்றி வந்துள்ளது. இதனை மண்டலித்தல் என்பர். 'வேண்டியது வேண்டியாங்கு அருளிய இறைவனின் கருணையை வியந்து' அந்தாதி முறையில் பாடிய நூலாதலால் 'அற்புதத் திருவந்தாதி' எனப்பட்டது. அற்புதம் என்றது, ஈண்டு யாவராலும் வியந்து போற்றற்குரிய சிவஞானம் என்ற பொருளைத் தரும். அற்புத மூர்த்தி என்ற தொடருக்கு ஞானமே திருமேனியாக உடையவன் என்று சங்கர நமச்சிவாயர் கூறும் பொருள் இங்கு ஒப்பு நோக்கத் தக்கது.

திருவிரட்டை மணிமாலை

இந்நூல் இரண்டு வெவ்வேறு மணிகள் மாறி மாறி அமைய தொகுக்கப்பட்ட மாலை போன்ற கட்டளைக் கலித் துறை முன்னும், வெண்பா பின்னுமாக முறையே தொடர்ந்த அந்தாதித் தொடையால் மாலை போன்றமையப் பாடப்பட்டதாதலால் திருவிரட்டை மணிமாலை எனப் பெயர் பெற்றது. 'ஆய்ந்த சீர் இரட்டை மாலை அந்தாதி' (*கா.பு.செ.*53) என்று சேக்கிழார் குறிப்பிடுகின்றார்.

திருவாலங்காட்டு மூத்த திருப்பதிகங்கள்

பதிகம் என்னும் இலக்கிய வகையின் இலக்கணத்தைப் பன்னிரு பாட்டியல், முத்த வீரியம், பிரபந்த தீபிகை, சுவாமிநாதம் ஆகியன கூறுகின்றன. அவற்றுள் பன்னிரு பாட்டியல், ஆசிரியத் துறை, ஆசிரிய விருத்தம், கலி விருத்தம், நான்கடி முதல் எட்டடி வரை வரும் வெண்பா ஆகியவற்றால் இது வரும் என யாப்பையும், பத்தாகவும் இருபதாகவும் வரும் என எண்ணிக்கை யையும் கூறுகின்றது (*பன்னிரு பாட்டியல்,* 113).

கோதிலோர் பொருளைக் குறித்து ஐயிரண்டு பாவெடுத் துரைப்பது பதிகமாகும் என்று முத்து வீரியம் கூறுகின்றது (155). இவ்விலக்கணப்படி, திருக்கடைக்காப்பு நீங்கலாக பத்துப் பாடல்கள் கொண்டது. அம்மையாரின் பதிகங்கள், பதிகம் என்ற அமைப்பில் வரும் நூல்களுக்கு எல்லாம் காலத்தால் முந்தியது ஆதலாம், எப்பொருட்கும் மூத்த முதற்பொருளாக விளங்கும் சிவபெருமானின் ஆடலைப் போற்றிப் பாடியதாலும் மூத்த திருப்பதிகங்கள் எனப்பட்டன. திருவாலங்காட்டு தலத்தில் பாடப் பட்ட காரணத்தால் திருவாலங் காட்டு மூத்த திருப்பதிகங்கள் எனப் பெயர் பெற்றன.

நூலமைப்பு

அற்புதத் திருவந்தாதி நூல், அந்தாதி முறையில் 101 வெண்பாக்களால் ஆனது. திருஇரட்டை மணிமாலை, கட்டளைக் கலித்துறை, வெண்பா என மாறி மாறி வர 20 பாடல்கள்

கொண்டது. திருவாலங்காட்டு மூத்த திருப்பதிகங்கள் விருத்தப் பாவில் 22 பாடல்கள் கொண்டது.

நூல் நுவலும் பொருள்

அற்புதத் திருவந்தாதி சிவபெருமானது பேராற்றலையும், பேரருளையும் விளக்கிக் கூறுவது, சிவனின் முழுமுதல் தன்மையைப் போற்றுவது, உயிர்கள் அவனுக்கு ஆட்பட்டிருத் தலை விளக்கிக் கூறுவது. இந்நூல் அம்மையாருக்குச் சிவனிடத் திலுள்ள அன்பின் திறத்தை வெளிப்படுத்தும் சைவ சித்தாந்த கருத்துக்கள் நிரம்பியது. பாடல்கள், கருத்துக்களை இலக்கிய நயத்துடன் உவமை மூலம் விளக்குவன. நூலில் கூறப்பட்டுள்ள அறிவுரைகள் பின்வருமாறு அமைந்துள்ளன:

1. உலகத்தவர்களை நோக்கிக் கூறும் முறையில் அமைந்தவை.
2. நெஞ்சை நோக்கிக் கூறப்படுபவை.
3. இறைவனை முன்னிலைப்படுத்திக் கூறுபவை.
4. படர்க்கையில் போற்றும் முறையில் அமைந்தவை.

இவற்றுள் இறைவனை முன்னிலைப்படுத்திப் பாடிய பாடல்கள் மிகுதி. அம்மையார் திருவருள் ஞானம் பெற்று அவ்வருளில் தோய்ந்து அனுபவித்துப் பாடியது இதற்குக் காரணமாய் அமையும்.

திருவிரட்டை மணிமாலை மலங்களைக் களைந்து உயிர்களைக் காக்கும் கருணையாளன் சிவன். அவரை அடைந்து உய்தல் கடன் என்று தம் நெஞ்சுக்கு உபதேசிக்கும் முறையால் உலகுக்கு அறிவுறுத்துவது இந்நூலின் தொகைப் பொருள்.

திருவாலங்காட்டினை அடைந்த அம்மை அங்கு அந்த காட்டினையும், அதில் சிவபெருமான் பேய்க் குணம் சூழ்ந்து இசை முழங்க இலயம் பாட ஆடும் கூத்தினையும் காண்கின்றார். ஆடுமிடம் சுடலைக் காடு, ஆதலால் காடு பற்றிய வர்ணனைகள் அதில் அதிகம் காணப்படுகின்றன. ஒவ்வொரு பாடலும் இறுதியில் அடப்புடன் ஆடும் இடம் திருவாலங்காடு என முடிகின்றது.

திருமுறைகளின் தொகுப்பில் அம்மையாரின் நூல்கள்

அம்மையாரின் பாடல்கள் பதினோராம் திருமுறையில் திருவாலவுடையார் திருமுகப் பாசுரத்தை அடுத்தத் தொகுக்கப் பட்டுள்ளன. பாடிய முறைவரிசைப்படி நூல்கள் தொகுக்கப் பெறாமல் மாறித் தொகுக்கப்பட்டிருப்பதற்கு நூல்களிலுள்ள பாடல்களின் எண்ணிக்கை காரணமாக இருக்கலாம்.

அறிய வரும் அரிய செய்திகள்

திருமுறை ஆசிரியர்களில் காரைக்கால் அம்மையார் ஒருவரே பெண்பாற் புலவர் ஆவார். அந்தாதி, திருவிரட்டை மணிமாலை, பதிகம் என்ற மூன்றின் அமைப்பில் முதன்முதல் பாடியவர் அம்மையாரே ஆவார். இப்பொழுது நமக்குக் கிடைத்துள்ள நூல்களில் கட்டளைக் கலித்துறை என்னும் யாப்பிற்கு மூல இலக்கியமாக விளங்குவன காரைக்கால் அம்மையார் பாடிய இரட்டைமணி மாலையிலுள்ள கட்டளைக் கலித்துறை செய்யுட்கள் பத்தும் ஆகும்.

பிற்காலத்தில் தோன்றிய பரணி நூல்களில் வரும் காடு பற்றிய வர்ணனைகட்கு அம்மையாரின் மூத்த திருப்பதிகத்தில் வரும் காடு பற்றிய வர்ணனைகளே முன்னோடி எனலாம்.

'கொங்கை திரங்கி' என்று தொடங்கும் மூத்த திருப்பதிகம், நட்டபாடைப் பண்ணில் அமைந்துள்ளது. 'எட்டியலவம்' என்று தொடங்கும் பதிகம் இந்தளப் பண்ணில் அமைந்துள்ளது. ஒவ் வொரு பதிகத்தின் இறுதிப் பாடலிலும் அம்மையார் தம் பெயரைக் குறிப்பிட்டுப் பதிகப் பலனும் கூறுகின்றார்.

அம்மையாரின் முதல் பதிகம் நட்டபாடைப் பண்ணில் அமைந்திருப்பது போல், திருஞானசம்பந்தரின் முதல் திருமுறை யில் முதல் பதிகம் நட்டபாடைப் பண்ணிலும், இரண்டாம் பதிகம் இந்தளப் பண்ணில் அமைந்திருப்பது போல், திருஞானசம்பந்தரின் இரண்டாம் திருமுறையின் முதல் பதிகம் இந்தளப் பண்ணிலும் விளங்குகின்றன. பதிக இறுதிப் பாடலில் தம் பெயரையும், பதிகப் பலனையும் திருஞானசம்பந்தர் கூறுவதற்கு முன்னோடியாக விளங்குபவர் காரைக்கால் அம்மையாரே ஆவார்.

4. அம்மையார் பற்றிய செய்திகள்

காலம்

சுந்தரர்,

"பெருமிழலைக் குறும்பர்க்கும் பேயார்க்கும் அடியேன்"
(திருத்தொண்டத் தொகை, செ. 4)

என்று அம்மையாரைக் குறிப்பிட்டுப் பாடியிருப்பது அம்மையார் சுந்தரர் போன்ற தேவார ஆசிரியர்க்குக் காலத்தால் முற்பட்டவர் என்பது புலனாகும். திருஞானசம்பந்தர் பல தலங்களையும் தரிசித்து, ஆலங்காட்டிறைவனை வழிபடச் சென்றபோது அஃது அம்மையார் தலையால் நடந்து அரனாரை வழிபட்ட தலம் என அதனை மிதிக்க அஞ்சி, அருகிலுள்ள வேறொரு ஊரில் துயின்றார். இறைவன் கனவில் தோன்றி அசரீரியாக 'நம்மைப் பாட மறந்தனையோ' என வினவ, துயில் நீங்கி எழுந்து, 'துஞ்ச வருவார்' என்ற முதற் குறிப்புடைய திருப்பதிகத்தைப் பாடி ஆலங் காட்டடிகளைப் போற்றியதாகச் சேக்கிழார் பெருமான் கூறுவதால் *(திருஞானசம்பந்தர் புராணம், செ. 1008, 1009, 1010)* அம்மையார் திருஞானசம்பந்தருக்குக் காலத்தால் முற்பட்டவர் என்பது தெளிவு. திருஞானசம்பந்தரின் காலம் பொ.யு. ஏழாம் நூற்றாண்டு என்று வரலாற்றாய்வாளர்கள் கூறுவர்.

எனவே அம்மையாரின் காலம் அதற்கு மிக முற்பட்ட பொ.யு. நான்கு அல்லது ஐந்தாம் நூற்றாண்டாக இருக்கலாம் என்பர் (*க. வெள்ளைவாரணர், பன்னிரு திருமுறை வரலாறு, ப. 525*).

பெயர்கள்

அம்மையார் சைவ நூல்களில் பின்வரும் பெயர்களால் அழைக்கப்படுகின்றார்.

1. புனிதவதியார்

2. காரைக்கால் அம்மையார்

3. பேயார்

4. காரைக்கால் பேய்

இவற்றுள் புனிதவதியார் என்பது இவரது இயற்பெயராகும். புனிதம் என்றால் தூய்மை, சுத்தம் எனப் பொருள். உயிர்கட்குக் கேவலம், சகலம், சுத்தம் என்ற மூன்று நிலைகள் உண்டு. கேவலம் என்பது உயிர் ஆணவத்தால் முழுவதும் கட்டப்பட்ட அறியாமையில் அழுந்தியுள்ள நிலை. சகலம் என்பது கருவி கரணங்களுடன் கூடிய பிறப்பெடுத்து, விபரீத அறிவில் உழலும் நிலை. சுத்தம் என்பது பாசத்திலிருந்து விடுபட்டு அருளொடு முற்றிலும் ஒன்றிய நிலை. அம்மையார் பின்னாளில் அருளொடு ஒன்றிய நிலையை அடையப் போகிறார் என்பதற்கு முற்குறிப்பாக அவருக்குப் பெற்றோர் அப்பெயரிட்டனர் போலும்.

உலகுயிர்கட்கெல்லாம் அம்மையப்பரான இறைவனால் **அம்மையே** என அழைக்கப் பெற்ற பேறுடையவராதலாலும் (*காரைக்கால் அம்மையார் புராணம்,* 58), பன்னிரு திருமுறை ஆசிரியர்களுள் இவர் ஒருவரே பெண்பாற் புலவராதலாலும், அம்மையார் என்பது காரணச் சிறப்புப் பெயராகும். இத்துடன் பிறந்த ஊரான 'காரைக்கால்' என்பதும் சேர்ந்து காரைக்கால் அம்மையார் என அழைக்கப்படுகின்றார். 'பேயார்' என்பது சுந்தரர் குறிப்பிடும் பெயராகும் (*திருத்தொண்டத் தொகை, செ.* 4). காரைக்கால் பேய் என்பது அம்மையாரே தம்மைப் பற்றிக் குறிப்பிடுவதாகும் (*திருவாலங்காட்டு மூத்த திருப்பதிகம், செ.* 11, *மூத்த திருப்பதிகம், செ.* 11, *அற்புதத் திருவந்தாதி, செ.* 101).

அம்மையாரின் இயல்புகள்

அம்மையாரின் அருட்பற்று

"அருட்செல்வம் செல்வத்துள் செல்வம் பொருட்செல்வம்
பூரியார் கண்ணும் உள" (*குறள்* 241)

என்கின்றார் வள்ளுவர். இவ்வுலகில் ஒருவன் விரும்புகின்ற செல்வங்கள் பலதிறத்தன. அவற்றுள் அருட்செல்வத்தைப்போல மேலான செல்வம் எதுவுமில்லை என்று உமாபதிசிவம் கூறுவார் (*திருவருட்பயன்,* 31). அம்மையார் காரைக்காலிலுள்ள வணிகர் குலத் தலைவனான தனதத்தன் என்ற பெருஞ்செல்வந்தரின் மகள். ஆனாலும் பொருள்மீது பற்றில்லாதவர். இறைவன் அருளையே பற்றியவர்.

"கண்டு எந்தை என்று இறைஞ்சிக் கைப்பணி யான் செய்யேனேல்
அண்டம் பெறினும் அது வேண்டேன் - துண்டஞ்சேர்
விண்ணாளும் திங்களாய்! மிக்குலகம் ஏழினுக்கும்
கண்ணாளா வதென் கருத்து." (*அ.தி,.* 72)

என்ற அற்புதத் திருவந்தாதிப் பாடலே அம்மையார் இறைவனுக்குத் தொண்டு செய்தலையே விரும்புவர் என்பதை உணர்த்தும்.

அம்மையார், குழவிப் பருவத்திலேயே இறைவன் பெயரையே முதன்முதலாகச் சொல்லத் தொடங்கினார்.

"வணிகர் பெருங்குலம் விளங்க வந்து பிறந்தருளியபின்
அணிகிளர் மெல்லடிதளர் வுற்று அசையு நடைப் பருவத்தே
பணி அணிவார் கழற்கு அடிமை பழகிவரும் பாங்கு பெறத்
தணிவில் பெருமனக் காதல் ததும்ப வரும் மொழி பயின்றார்"
(*கா.பு.* 3)

என்று சேக்கிழார் கூறுகின்றார். இது,

"பிறந்துமொழி பயின்ற பின்னெல்லாம் காதல்
சிறந்து நின் சேவடியே சேர்ந்தேன்" (*அ.தி.* 1)

என்ற அம்மையார் வாக்காலும் உறுதி செய்யப்படும்.

அம்மையார் சிறு வயதில் சிற்றில் கட்டி விளையாடும் போதும் இறைவனைப் பற்றிய சிந்தனையில் இருந்ததை,

"வண்டல் பயில்வன எல்லாம் வளர்மதியும் புனைந்தசடை
அண்டர்பிரான் திருவார்த்தை அணைய வருவன பயின்று"
(*கா.பு.* 5)

என்று சேக்கிழார் கூறுகின்றார்.

அம்மையார் பற்றிய செய்திகள்

அம்மையார் விருந்தோம்பல், அடியாரைப் பேணல், சிவனடியார்க்கு அமுதளித்தல் போன்ற மனைக் கடமைகளைச் செவ்வனே செய்தவர்.

"இருந்தோம்பி இல்வாழ்வது எல்லாம் விருந்தோம்பி
வேளாண்மை செய்தற் பொருட்டு"   (*குறள்*, 81)

என்ற வள்ளுவர் வாக்கிற்கேற்ப விருந்தோம்பியவர் அம்மையார்.

மண்ணினிற் பிறந்தார் பெறும் பயன்கள் இரண்டினைக் கூறி அவற்றுள் முதலாவதாக மதிசூடும் அண்ணலார் அடியார்க்கு அமுதளித்தலைச் சேக்கிழார் கூறுவார் (*திருஞானசம்பந்தர் புராணம்*, 1087). அம்மையாரும் அடியார்க்கு அமுது படைக்கும் திருத் தொண்டு செய்தவர். இத்தொண்டினைப் பயனோ, புகழோ கருதிச் செய்யவில்லை. ஒரு உழைப்பும் இல்லாமல் சோம்பித் திரிந்தவர்க்கு உணவளிக்கவில்லை. நம்பர் அடியார்க்கே உணவு அளித்தார்.

"நம்பர் அடியார் அணைந்தால் நல்ல அமுதளித்தும்"
                                    (*கா.பு.* 15)

"நாதன் தன் அடியாரை பசி தீர்ப்பேன் என நண்ணி"
                                    (*கா.பு.* 18)

என்ற சேக்கிழார் வாக்குகளால் அறியப்படும்.

அடியார்க்கு அமுது படைத்த மாங்கனி ஒன்று போக மற்றொன்றைக் கணவனாருக்குப் படைக்க, அதன் சுவையால் கவரப்பட்டுக் கணவன் மற்றொரு கனி கொண்டுவரும்படிக் கேட்க, அம்மையார் தான் அடியவர்க்குப் படைத்து விட்டதைக் கூறியிருக்கலாம். அவ்வாறு கூறாமல் கனி கொண்டு வருபவர் போல் உள்ளே சென்றது அவரது பேதைமைப் பண்பை உணர்த்தும்.

அம்மையார் உடலழகு கணவர்க்கு, உயிரழகு இறைவனுக்கு என வாழ்ந்தவர் என்பது கணவன் தன்னை விட்டு விலகியதும் அம்மையார் அவனுக்காகத் தாங்கி நின்ற அழகுடை உடம்பை நீத்ததால் அறியப்படும். அம்மையார் அரனார் திருவடிகளை

வணங்கும் பேய் வடிவம் வேண்டிப் பெற்றது, பேராசையால் விரும்பியவற்றை நுகரப் பெறாது அலைந்து திரியும் இழிந்த பேய் வடிவம் அன்று. சொல்லும், மனமும் கடந்து அப்பாற்பட்டுத் திகழும் சிவபெருமானின் திருவடிகளைச் சூழ்ந்து போற்றவல்ல சிவகணங்களுள் ஒன்றான பேய் வடிவமாகும். இதனை,

''வானமும் நிலனுமெல்லாம் வணங்கும் பேய் வடிவம்''
(கா.பு. 50)

என்ற சேக்கிழார் போற்றுகின்றார்.

''மற்றொரு கண் நெற்றிமேல் வைத்தான்தன் பேயாய
நற்கணத்தில் ஒன்றாய் நாம்'' (*அ.தி.* 86)

என்று அம்மையார் வாக்கு இதனை உறுதி செய்யும்.

''ஊனினை உருக்கி உள்ஒளி பெருக்கி''
(*திருவாசகம், பிடித்தபத்து,* 9)

என்ற மாணிக்கவாசகர் வாக்கிற்கு அம்மையார் வாழ்வில் நடந்த இந்நிகழ்ச்சி எடுத்துக்காட்டாய் அமையும்.

அம்மையார் இல்லற வாழ்க்கை நடத்தும்போது உடல் நாயகனான பரமதத்தனுக்குச் செய்ய வேண்டிய பணிகளைக் குறைவில்லாமல் செய்துவந்தார். உயிரின் நாயகனான சிவபெருமானிடத்துச் சிந்தையை இடையறாது வைத்தும், அவனடியார்கட்கு அமுது படைத்து வேண்டுவன கொடுத்தும் தொண்டு செய்து வந்தார். உடல் நாயகன் கை விட்டபோது, ''சைவனார் அவர் சார்பலால் யாதுஞ் சார்பிலோம் நாங்களே'' என்று திருஞான சம்பந்தர் கூறியபடி (2:213:9) நாயகனாகிய சிவபெருமானின் சார்பே சார்பாக வாழ்ந்து வந்தார்.

''மற்றோர் தெய்வம் கனவிலும் நினையாது''
(*போற்றித் திருவகவல், வரி* 74)

என்று மாணிக்கவாசகர் கூறியது போல் அம்மையார் சிவபெருமான் ஒருவரைத் தவிர வேறு யாரையும் நினையாதவர் என்பதை, சிவனுக்கு ஆளாகும் அது ஒன்றே நினைந்தேன், துணிந்தேன், உள்ளத்தினுள் அடைத்தேன் என்று கூறுவதால் அறியலாம்

(*அ.தி.* 11). ஞான வடிவினரும், திருநீலகண்டருமான சிவ பெருமானை வானுலகில் உள்ளவன் என்று கூறுபவர் கூறட்டும். தேவ லோகத்தில் தேவேந்திரன் என்று கூறுபவர் கூறட்டும். அவர் என் நெஞ்சையே இடமாகக் கொண்டு நீங்காது வீற்றிருப்பவர் என்று கூறுவேன் என்று அம்மையார் கூறுவது (*அ.தி.* 6) நெஞ்சில் இறைவனை நீங்காது இருத்தியவர் அவர் என்பதை உணர்த்தும். ஒரு சிறிய ஆலம் விதை பெரிய மரத்தை உள்ளடக்கி நிற்றல்போல அம்மையார் தன் சிறிய நெஞ்சில் அளக்கலாகா அரனை அடக்கி வைத்தவர்.

''கண்ணும் கருத்தும் கடந்ததொரு பேறேயும்
கண்ணும் கருத்தும் களிகூர - நண்ணி
வடம் அடக்கி நிற்கும் வடிவத்தே போல
உடனடக்கி நிற்பர் காண் உற்று'' (*திருக்களிற்றுப்படியார்,* 48)

என்று திருக்களிற்றுப்பாடியார் கூறும் சீவன் முத்தர் இயல்புக்கு அம்மையார் ஓர் எடுத்துக்காட்டாவார்.

''கைமா உரிபோர்த்த கண்ணுதலான் வெண்ணீற்ற
அம்மானுக்கு ஆளாயினேன்'' (*அ.தி.* 7)

''அவர்க்கே எழுபிறப்பும் ஆளாவோம்'' (*அ.தி.* 3)

என்று அம்மையார் கூறுவது அவர் இறைவனுக்கு ஆட்பட்ட பண்பை உணர்த்தும்.

''மீளா அடிமை உமக்கே ஆளாய்'' (7:95:1)

என்றும்,

''எற்றான் மறக்கேன் எழுமைக்கும் எம்பிரானையே
உற்றாய் என்று உள்குகின்றேன்'' (7:92:1)

என்றும் கூறும் சுந்தரர் அருள் வாக்குகள் இங்கு ஒப்பு நோக்கத் தக்கன.

அதிகாலை நேரம் தோன்றும் சூரியனின் சிவந்த கிரணங்கள் சிவபெருமானின் சிவந்த திருமேனி போன்றது. நடுப் பகலிலுள்ள சூரிய ஒளி சிவபெருமானின் திருமேனியில் பூசியுள்ள திருநீற்றினை ஒத்து விளங்கும். அந்தியில் சூரியன் அஸ்தமிக்கும்போது

தோன்றும் செக்கர் வானம் சிவபெருமானின் சிவந்த செஞ்சடைக் கற்றையை நினைப்பூட்டும். இரவுநேரம் அடர்ந்த இருட்டு நஞ்சுண்ட அவரது இருண்ட கண்டத்தை நினைப்பூட்டும் என்று அம்மையார் கூறுவது (*அ.தி.* 6) அவர் பார்க்குமிடமெங்கும் பரமனையே காண்பர் என்பதை உணர்த்தும். நாள் முழுவதும் சிவனாகவே கண்டு மகிழ்ந்தவர் அம்மையார்.

> ''சீவன் முத்தர் சிவமே கண்டிருப்பர்''
>
> (*சிவஞானசித்தியார் சுபக்கம்,* 311)

> ''பரஞானத்தால் பரத்தைத் தரிசித்தோர்
> பரமே பார்த்திருப்பர் பதார்த்தங்கள் பாரார்''
>
> (*சிவஞானசித்தியார் சுபக்கம்,* 311)

என்ற அருணந்தி சிவாசாரியார் வாக்கிற்கு எடுத்துக்காட்டானவர்.

எம்பெருமான் என்னுடைய பிறவித் துன்பத்தை நீக்கா விட்டாலும், என் மேல் இரக்கம் வைக்காவிட்டாலும் நான் செல்ல வேண்டிய நெறியைப் பணிக்கா விடினும் என் நெஞ்சு அவர்பால் அன்பு நீங்காது (*அ.தி.* 2) என்றும், இறைவன் எமக்கு இரங்காராயினும் எம் அன்புடைய உள்ளம் அவர்க்கு ஆட்பட்டே என்றும் மகிழ்வுடனிருக்கும் (*அ.தி.* 23) என்றும் அம்மையார் கூறுவது அவர் பயன் கருதி அன்பு செய்யவில்லை என்பதை உணர்த்தும்.

அம்மையார் மனம், வாக்கு, காயம் என்ற திரிகரணங் களாலும் இறைவனை வழிபாடு செய்தவர் (*அ.தி.* 85).

அம்மையாரின் தாயுள்ளம்

> ''ஈன்றாளின் அன்ன கடவுளும் இல்''

> ''மாதா பிதா குரு தெய்வம்''

> ''தாயிற் சிறந்ததொரு கோயிலும் இல்லை''

என்பன போன்ற முதுமொழிகள் தாயின் சிறப்பை உணர்த்தும். ''அன்னையும், பிதாவும் முன்னறி தெய்வம்'' என்பது ஔவையின் வாக்கு (*கொன்றை வேந்தன்* 1).

தாயின் ஏற்றத்தையும், சிறப்பையும் பாடாத அடியவர் இல்லை, பெரியவர் இல்லை. தாய்மையில் நிகழ்வது இறைமை. இறைமை பெண்மையின் முடிந்த நிலையாகும் என்பார் திரு.வி.க. (*பெண்ணின் பெருமை, ப.* 306). ''தவமிருந்து, கருவுற்று, பெற்று, பாலூட்டி, மருந்து கொடுத்து தான் பத்தியமிருந்து செய்த தாயின் உதவிகள் உனது கண்ணுக்கும் காணாதவை. ஆதலால் தாய் கடவுள் போன்றவர்'' என்பார் வாரியார். ''தாய்மை என்பது பெண்களிடம் இயல்பாகவே குடிகொண்டிருக்கும் பண்பாகும். மனிதன் தோன்றிய நாள்தொட்டு ஏன், மனிதனுக்கு முன் விலங்குகளும் தோன்றிய நாள்முதல் உலகில் உயிர் என்ற ஒரு பொருள் உலவத் தொடங்கிய காலம் முதல் உலகில் தோன்றி நிலவுவது தாய் என்னும் உணர்ச்சியாகும். பயிரினங்கள் உட்பட ஓரறிவு உயிர் முதல் ஆறறிவு உயிர் வரை அனைத்து உயிர்கட்கும் அடிப்படையாய் அமைந்துள்ளது தாய்மையே ஆகும் என்பர்'' (*நா. செயராமன், ஈன்ற தாய், ப.* 1). தாய்மையின் சிறப்பை உணர்ந்த அடியவர்கள் இறைவனையே தாயாகப் போற்றிப் பாடியுள்ளார்கள். ஆனால், இறைவனாலேயே தாய் என்று அழைக்கப்பட்டவர் காரைக்கால் அம்மையார் ஒருவரே. இறைவனிடம் அவர் காட்டிய தாயுள்ளத்தை அவருடைய பாடல் களிலிருந்து சில சான்றுகள் மூலம் நாம் இங்கு காணலாம்.

அம்மையார் இறைவனை நோக்கி, ''நீர் பெரிய பாம்பினை ஆபரணமாகி மார்பில் அணியாதே, ஏனென்றால் பாம்பு பொல்லாதது. கொல்லும் தன்மை உடையது. அது ஒரு நாள் உன் இடப் பாகம் அமர்ந்துள்ள மலைமகளைச் சார்ந்தால் அது உனக்கும் பழியல்லவா? எனவே பாம்பை அணியாதே'' (*அ.தி.* 13) என்று கூறுவது தாய் நிலையில் அம்மையாரின் அன்பின் திறத்தைக் காட்டும்.

மேலும் அம்மையார் இறைவனை நோக்கி, ''ஒரு பாம்பை ஆபரணமாக உடம்பில் அணிந்துள்ளாய். மற்றொன்றை புலித் தோல் மீது கச்சையாக அணிந்துள்ளாய். மற்றொன்றைத் திருமுடி மேல் சூடி உள்ளாய். இவ்வாறு உடலெங்கும் நிறைய பாம்புகளை அணிந்துள்ள உன் செயல் என்னைப் பதைக்கச் செய்கிறது'' என்று கூறுவது (*அ.தி.* 28) அவரது தாயுள்ளத்தைப் புலப்படுத்தும்.

அம்மையார் இறைவனை நோக்கி, "கங்கை, கொன்றை, வன்னியினைத் தலையில் சூடியவரே! உம்மிடம் யான் ஒன்று சொல்ல விரும்புகிறேன். அஃது யாது என்று நீர் வினவுவீராயின் செவ்வானம் போன்ற உமது சடையின் மேல் சீறுகின்ற பாம்பினை என்றும் நீர் அணியாதிருப்பீராக" (திருவிரட்டை மணிமாலை, 7) என்று அம்மையார் இறைவனைப் பாம்பணிதலை விலக்கு மாறு கூறுவது அவரது தாயன்பைப் புலப்படுத்தும்.

"அரவம் ஒன்று ஆகத்து நீ நயத்து பூணேல்
பரவித் தொழுது இரந்தோம் பன்னாள் - முரணழிய
ஒன்னாதார் மூவெயிலும் ஓரம்பால் எய்தானே
பொன் ஆரம் மற்றொன்று பூண்" (அ.தி. 27)

என்ற பாடல் அம்மையார் இறைவனைப் பாம்பணிய வேண்டாம் என்று இரந்து வேண்டிக் கொள்வதுடன் அல்லாது பொன்னாபரணம் அணியும்படி வேண்டுவது தாய் தன் குழந்தைபால் கொண்ட இரக்கத்தையும், தன் குழந்தைக்கு நல்ல ஆபரணம் அணிந்து அழகு பார்க்க விரும்பும் அன்பின் வெளிப்பாட்டையும் உணர்த்தும்.

"நீ உலகம் எல்லாம் இரப்பினும் நின்னுடைய
தீய அரவு ஒழியச் செல் கண்டாய் - தூய
மடவரலார் வந்து பலியிடார் அஞ்சி
விட அரவு மேலாட மிக்கு" (அ.தி. 57)

அம்மையார் இறைவனை நோக்கி, "நீர் உலகில் பலி ஏற்கச் செல்லும்போது உம்முடைய கொடிய பாம்பை விட்டுச் செல்லும். நீர் பாம்பணிந்து சென்றால், பாம்பைக் கண்டு பயந்து பெண்கள் உனக்குப் பலியிட மாட்டார்கள்" என்கிறார். பாம்பைக் கண்டு பெண்கள் அஞ்சுவர் என்றது அம்மையார் பிற பெண்களிடம் கொண்டுள்ள அன்பையும், பெண்களின் அச்சத்தால் சிவனுக்குப் பலி கிடைக்காமல் போய் விடக் கூடாதே என்ற தாயின் பரிவை யும் இப்பாடல் உணர்த்துகின்றது.

"திங்கள் இது சூடிச் சில்பலிக் கென்று ஊர் திரியேல்
எங்கள் பெருமான் என்று இரந்து - பொங்கொளிய

வானோர் விலக்காரேல் யாம் விலக்க வல்லமே
தானே அறிவான் தனக்கு'' (*அ.தி.* 43)

என்ற பாடல் சிறு பிச்சைக்காக இறைவன் ஊரூராகத் திரிவது கண்டு இரங்கும் தாயன்பைப் புலப்படுத்தும்.

நள்ளிரவில் தீ நடுவில் பேய்க் கணங்களோடு நீ நடனமாடும் சுடுகாட்டிற்கு உமா தேவியையும் உடன் அழைத்துச் செல்லாதே என்று அம்மையார் இறைவனிடம் வேண்டுவது (*அ.தி.* 51) அவருக்கு இறைவியிடத்துள்ள தாயன்பைப் புலப்படுத்தும்.

இறைவன் தன் திருவடிகளை வேகமாகப் பெயர்த்து மிதித்தால் கீழேயுள்ள பாதாள ஏழுலகும் நிலை பெயரும். திருமுடி பெயர்ந்து வேகமாக ஆடினால் பெரிய வானத்தின் உச்சியில் முட்டி அந்த வானம் பெயர்ந்து விடும். வளையங்கள் அணிந்த திருக்கரங்களை வீசி ஆடினால் பெரிய திசைகளும் நிலை குலையும். ஆகையால், அவற்றையெல்லாம் அறிந்து நீ மெல்ல ஆடு என்பாராய்,

''அடிபேரிற் பாதாளம் பேரும் அடிகள்
முடிபேரின் மாமுகடு பேரும் - கடகம்
மறிந்தாடு கைபேரில் வான்திசைகள் பேரும்
அறிந்தாடும் ஆற்றாது அரங்கு'' (*அ.தி.* 77)

என்று பாடுகின்றார். இப்பாடல் தாய்மையின் அச்சத்தால் ஊழிக் கூத்தாடும் சிவனை நோக்கி மெல்ல ஆடுமாறு வேண்டும் பரிவினை உணர்த்தும். இவ்வாறு பெருமானிடத்தும், பிராட்டி யிடத்தும் தலையன்பு கொண்டு பேணினராதலின் தாயுமிலி, தந்தையுமிலி தான் தனியனாகிய இறைவனால் 'அம்மையே' என்றழைக்கும் சிறப்புடையவரானார்.

5. சைவ சித்தாந்தக் கருத்துக்கள்

சைவத் திருமுறைகள் பன்னிரண்டாகும். அதன் ஆசிரியர்கள் இருபத்தேழு பேர். அவர்களுள் பெண்பாற்புலவர் காரைக்கால் அம்மையார் ஒருவரே ஆவார். சைவ சித்தாந்தக் கருத்துகட்கு அடிப்படைக் கருவூலங்கள் திருமுறைகளே. எனவே அவருடைய நூல்களிலிருந்து அறிய வரும் சைவ சித்தாந்தக் கருத்துக்கள் இங்கு எடுத்துரைக்கப்படுகின்றன.

சைவ சித்தாந்தம் கூறும் பொருட்கள் மூன்று

1. தானே அறியும் பொருள் - பதி.
2. அறிவிக்க அறியும் பொருள் - பசு.
3. அறிவித்தாலும் அறியாத பொருள் - பாசம்.

இம்முப்பொருட்களும் பதியே மேலான பரம்பொருள். ஆதலால் முதற்கண் அம்மையார் பாடல்களிலிருந்து அறிய வரும் பதி இயல்புகள் எடுத்துரைக்கப்படுகின்றன.

''ஒன்றே நினைத்திருந்தேன் ஒன்றே துணிந்தொழிந்தேன்
ஒன்றே என் உள்ளத்தின் உள்ளடைந்தேன் - ஒன்றேகாண்
கங்கையான் திங்கட் கதிர்முடியான் பெங்கொளிசேர்
அங்கையாற்கு ஆளாம் அது'' (*அ.தி.* 11)

என்ற பாடலில் அம்மையார் 'இறைவன் ஒருவன்' என்பதை வலியுறுத்திக் கூறுகின்றார். சாத்திர நூல்களில், ''ஒன்றென்றது ஒன்றே காண் ஒன்றே பதி'' (*சிவஞானபோத உதாரண வெண்பா,* 7) என்று மெய்கண்ட தேவர் உரைத்தற்குரிய வித்து அம்மையார் அருளிய இப்பாடலில் அமைந்துள்ளது அறியத் தக்கது.மேலும் 'ஒன்று' என்றது 'ஒப்பற்ற' என்றும் பொருள்படும்.

பதியே தலைமைப் பொருள்

'பிரான்', 'ஈசன்' என்ற சொற்கள் தலைவனைக் குறிக்கும். அம்மையார் தம் பாடல்களில் பல இடங்களில் இறைவனே தலைவன் என்பதை,

"பிரான்" (*அ.தி.* 12,45, (*திரு.இர.* 2,3,13).

"ஈசன்" (*அ.தி.* 9,10,24), (*திரு.இர.* 1,2,3)

என்ற சொற்களால் குறிப்பிடுகின்றார்.

"ஈசன் அவனலாது இல்லை" (*திரு.இர.* 2)

என்று அம்மையார் இறைவனை முழுமுதற் கடவுளாகப் போற்றுகின்றார்.

'இறையே மேலான தலைமைப் பொருள்' என்பதைச் சிவப்பிரகாசம் 'பதி பரமே' என்றும் (*செ.*13), 'மேல் ஒருவன் இல்லாதான் எங்கள் இறை' என்று திருவருட்பயனும் (*செ.* 6) உணர்த்தும்.

பதி உவமையில்லாதவன்

இறைவனுக்கு ஒப்பு ஒருவரும் இல்லை என்பதை அம்மையார் 'ஒப்பிணை இல்லவன்' (*தி.ஆ.மூ.* 1.11) என்பதால் உணர்த்துகின்றார். மற்றொரு பாடலில் இறைவனை 'நிகரேது மின்றி' (*திரு.இர. செ.* 11) என்று குறிப்பிடுகின்றார். உமாபதி சிவம் தம் திருவருட்பயனில் 'நிகரில் இறை' (*செ.* 1) என்றும், 'ஒப்பின்மையான்' (*செ.* 3) என்றும் குறிப்பிடுவது இங்கு ஒப்பு நோக்கத் தக்கன. அவனுக்கு ஒப்பாக ஒரு பொருளைக் கூற வேண்டுமானால் அது அவனையன்றி வேறில்லை. எனவே தான் அம்மையாரும் தன்னைத் தானே ஒப்பான் என்ற பொருளில் 'தன்னோடேயொப்பான்' (*அ.தி.* 49) என்று கூறுகின்றார்.

பதி எங்கும் நிறைந்தவன்

இறைவன் உலகத்தோடும், உலகப் பொருள்களோடும், உயிர்களோடும் கலந்து வியாபித்து நிற்றலை,

''விரிசுடர் பார் ஆகாசம்
அப்பொருளும் தானே அவன்'' (*அ.தி.* 20)

என்றும்,

''அவனே இருசுடர் தீ ஆகாசமாவான்
அவனே புவிபுனல் காற்றாவான் - அவனே
இயமானனாய் அட்ட மூர்த்தியுமாய் ஞான
மயனாகி நிற்றானும் வந்து'' (*அ.தி.* 21)

என்று கூறியருள்கின்றார். ஒன்றாகிய இறைவன் எங்கும் நிறைந்து நிற்றல் எவ்வாறு என்பது சிந்தித்தற்குரியது. சூரியன் ஒன்றுதான். ஆனால், அவன் தன் கதிர் மூலம் உலகு எங்கும் வியாபித்துள்ளான். அதைப்போல ஒன்றாகிய இறைவன் தன் சக்தி மூலம் எங்கும் வியாபித்துள்ளான். இதனை அம்மையார்,

''அருளே உலகெல்லாம் ஆள்விப்பது'' (*அ.தி.* 9)

என்பதால் நிலையுறுத்துகின்றார்.

பதியின் வடிவம்

''பிறையும் புனலும் அனல் அரவும் சூடும் இறைவர்'' (*அ.தி.* 23)

என்று இறைவனின் உருவத் திருமேனியைக் காரைக்கால் அம்மையார் வர்ணிக்கின்றார். மேலும் மற்றொரு பாடலில், இறைவன் பாம்பையும், சந்திரனையும் சூடியவன், மானை ஏந்தியவன், புலித் தோலாடை அணிந்தவன் என்கின்றார் (*அ.தி.* 67). இறைவன் அலை வீசுகின்ற கங்கையையும், தேன் நிறைந்த கொன்றை யினையும், மணம் வீசுகின்ற வன்னி மலரையும் தலையிலுள்ள செஞ்சடை மேல் சூடியவன் (*திரு.இர.* 7) என்று வர்ணிக்கிறார்.

அம்மையார் இறைவனின் ஒரு பாகத்தில் திருமாலும், மற்றொரு பாகத்தில் பிரானும் இருப்பதால் அவனுடைய உருவம் எது என்று தனக்குத் தெரியவில்லை என்கின்றார். இறைவன் உலகத்தை நோக்காது தன்னியல்பில் இருக்கும் பொழுது சிவன் எனப்படுவான். இந்நிலையில் அவனது சக்தி பராசக்தி எனப்படும். அவன் உலகத்தை நோக்கத் தொடங்குகையில் அவன் சக்தி

ஆதிசக்தி எனப்படும். பின் உய்விக்குமாற்றை அறிந்து செயல் ஆற்றுவான். செயலாற்றும்போது தானே செய்விப்பதும் உண்டு. தவம் செய்து வரம் பெற்ற பரமன், திருமால், உருத்திரன், மகேசுவரன், சதாசிவன் இவர்களைக் கொண்டு செய்விப்பதும் உண்டு. சக்தியின் கூறாகிய திரோதான சக்தி திருமாலை அதிட்டித்து நின்று காத்தல் தொழில் நடத்தலின் அச்சக்திக்கு அதிட்டானமாய் அமர்ந்த திருமாலின் வடிவத்தையும், இறைவனுக்குச் சக்தி வடிவமாக அம்மையார் உபசரிக்கின்றார்.

திறம் பொருந்திய இரு பெரிய கூர்மையான கண்களை உடைய உமையம்மையாருக்கு உடம்பின் ஒரு பாகத்தை ஈந்தவர் இறைவன் என்கின்றார் (*அ.தி.* 47).

இறைவன் உமாதேவியை ஒரு பாகத்தில் கொண்டுள்ளதை,

''மெல்லியலோர் கூற்றானை'' (*திரு.இர.* 12)

என்கின்றார் அம்மையார்.

அம்மையார் இறைவனையும், சக்தியையும் ஒரே உருவில் இணைத்துப் பாடுவது பின்வந்த சாத்திர நூல்களில் இறைவனுக்கும், சக்திக்குமுள்ள தொடர்பு தாதன்மிய சம்பந்தம் உடையது என்று கூற அடிப்படையாக நின்றது எனலாம்.

போக வடிவம், யோக வடிவம், வேக வடிவம்

முற்கூறியவாறு அம்மையார் இறைவனை உமையம்மையுடன் வர்ணிக்கும் வடிவங்கள் எல்லாம் போக வடிவம் எனப்படும்.

''நகர் மூன்றும் - வேமா
ஒரு கணையால் செற்றான்'' (*அ.தி.* 34)

''நீ நின்று தானவர் மாமதின் மூன்று நிரந்துடனே
நீ நின்று வேவச் சிலை தொட்டவாறு என்'' (*திரு.இர.* 15)

என்று இறைவன் திரிபுரம் எரித்ததை அம்மையார் கூறுகின்றார்.

''காலனையும் வென்றுதைத்த கால்'' (*அ.தி.* 60)

''கூற்றுவரும் காய்ந்தானை'' (*திரு.இர.* 12)

என்று இறைவன் காலனைக் காய்ந்ததைக் குறிப்பிடுகின்றார். திரிபுரம் எரித்ததும், காலனைக் காய்ந்ததும் இறைவனின் வேக வடிவங்களாகும்.

அருணந்தி சிவாசாரியார் சிவஞான சித்தியாரில் இறைவனின் வடிவங்களைப் போக வடிவம், யோக வடிவம், வேக வடிவம் என்று பாகுபடுத்திக் கூறுவதற்கு அம்மையார் போன்று திருமுறையாசிரியர்கள் வர்ணிக்கும் இறைவனின் திருவுருவ வர்ணனைகளே அடிப்படையாகும்.

எண் வகை வடிவம்

அருவமாகிய உயிர் உருவமுடைய உடம்பில் பிரிப்பின்றி கலந்து அவ்வுடம்பையே தன் வடிவமாகக் கொண்டு நிற்பது போல், ஒருவனாகிய இறைவன் உலகுயிர்களில் நீக்கமறக் கலந்து நின்று இயக்கி வருவதால், அவற்றைத் தன் வடிவமாகக் கொண்டு பல்வேறு வடிவினனாகத் திகழ்கின்றான் என்று கூறுவதுண்டு. அப்பல்வேறு வடிவங்களை எட்டு வடிவங்களில் அடக்கிக் கூறுவதுண்டு. அவ்வெட்டு வடிவங்களாவன: நிலம், நீர், நெருப்பு, காற்று, ஆகாயம், சூரியன், சந்திரன், உயிர் என்பனவாகும். இறைவனின் இவ்வெண்வகை வடிவம் அட்டமூர்த்தம் என்று கூறப்படும்.

"அவனே இருசுடர் தீ ஆகாசம் ஆவான்
அவனே புவிபுனல் கூற்றாவான் - அவனே
இயமானனாய் அட்டமூர்த்தியுமாய்"   (*அ.தி.* 21)

என்று அம்மையார் இறைவன் அட்டமூர்த்தியாய் விளங்குவதனை உணர்த்துகின்றார். இருசுடர் என்றது ஞாயிறையும், திங்களையும் குறிக்கும். இயமானன் என்றது உயிரைக் குறிக்கும். இறைவன் அட்டமூர்த்தமாய் விளங்குதலைத் 'திருவுந்தியார்' என்ற சாத்திர நூல் 'எட்டுக் கொண்டார்' (*செ.* 24) என்று குறிப்பிடுகின்றது.

பதி ஞானமயமானவன்

இறைவன் அட்டமூர்த்தமாய் விளங்குதலைக் கூறும் அம்மையார், இப்பாடலின் இறுதியில் அவன் அவ்வெட்டிற்கும் அப்பாற்பட்டு ஞானமே உருவாய் விளங்குவதாக,

"ஞானமயமாகி நின்றானும்" (அ.தி. 21)

என்று கூறுகின்றார். அம்மையாரின் இக்கருத்தை அடியொற்றி,

"அருவும் உருவும் அறிஞர்க்கு அறிவாம்
உருவம் உடையான் உளன்" (செ.5)

என்று திருவருட்பயன் கூறுகின்றது. உயிர்கள் மெய்யுணர்வு பெறும் பொருட்டு உருவம், அருவுருவம், அருவம் என்ற மூவகைத் திருமேனிகளை எடுக்கும். இறைவன் மெய்யுணர்வு பெற்ற அறிஞர்கட்கு அறிவே வடிவாய் விளங்குதலை உமாபதி சிவம் உணர்த்துகின்றார். அம்மையார் மற்றுமோர் பாடலில் இறைவனை 'ஞானத்தான்' (அ.தி. 6) என்று குறிப்பிடுகின்றார்.

பதி உலக காரணர், உலக ரூபி, உலகாதீதர், உலகாந்தர்யாமி

வேதங்கள் இறைவனை விசுவகாரணர், விசுவரூபி, விசுவாதீதர், விசுவாந்தர்யாமி என்று கூறும். விசுவம் என்றால் உலகம். இறைவன் உலகத் தோற்றத்திற்கு நிமித்த காரணர். ஆதலால் உலக காரணர் என்றும், உலகமாய் அவர் நிற்றலால் உலகரூபி என்றும், உலகைக் கடந்து நிற்றலால் உலகாதீதர் என்றும், உலகத்திற்கு உயிராய் நிற்றலால் உலகாந்தர்யாமி என்றும் கூறப்படுவார்.

"...தொல்லுலகுக்கு
ஆதியாய் நின்ற அரன்" (அ.தி. 17)

என்று அம்மையார் உலகத்தை ஒடுக்கி மீளத் தோற்றுவித்தற் குரிய நிமித்த காரணனாய் இறைவன் விளங்குவதை உணர்த்து கின்றார். இதனால் சங்கார காரணனாக உள்ள சிவபெருமானே எல்லா உலகத்தையும் தோற்றி நிலைபெறுத்தி, ஒடுக்க வல்ல முழுமுதற் கடவுள் என அறுவுறுத்துகின்றார் அம்மையார்.

"மூவேழ் உலகங்கள் ஆவான்" (அ.தி. 19)

என்று இறைவன் உலகமாய் நிற்றலை அம்மையார் உணர்த்து கின்றார்.

"...மாலுக்கும் நான்முகற்கும்
அன்றும் அளப்பரியன் ஆனான்" (*அ.தி.* 19)

என்று திருமாலும், பிரமனும் தேடியும் சிவனின் அடியையும், முடியையும் காண முடியவில்லை என்று கூறுவதன் மூலம் சிவபெருமான் உலகைக் கடந்து நிற்பவர் என்பதை உணர்த்து கின்றார்.

"அருளே உலகெல்லாம் ஆள்விப்பது" (*அ.தி.* 9)

என்று அம்மையார் இறைவன் உலகுயிர்கட்கு உயிராயிருந்து இயக்கி ஆள்வதைத் தெரிவிக்கின்றார். இஃது உலகாந்தர்யாமி எனப்படும். அம்மையார் கூறும் இக்கருத்துக்களே,

"உலகினை இறந்து நின்றது அரன் உரு என்பது ஓரார்
உலகவன் உருவில் தோன்ற ஒடுங்கிடும் என்றும் ஓர்
உலகினுக்கு உயிருமாகி உலகுமாய் நின்றது ஓரார்
உலகினில் ஒருவன் என்பர் உருவினை உணரார் எல்லாம்"
(*சுபக்கம்,* 68)

என்ற சிவஞானசித்தியார் பாடலுக்கு வித்தாய் அமைகின்றன. இறைவனுக்கு உருவம் கூறப்பட்டாலும் அவன் உலகப் பொருட் களிலிருந்து வேறுபட்டவன் என்ற உண்மையை உணர்த்த அரண் செய்யும் பல கருத்துக்கள் உருவ வருணனை அதிகம் போற்றப் படுகின்ற திருமுறைகளிலேயே ஆங்காங்கே பரவலாகச் சிதறிக் கிடக்கின்றன.

இறை உயிர்த் தொடர்பு

சிவஞான போதம் இரண்டாம் சூத்திரத்தில் வரும் முதல் சொற்றொடரான 'அவையேயாய்' என்பதைப் பொருள் கொள்ளும்போது 'அவையேயாய்', 'தானே யாய், 'அவையே தானேயாய்' எனப் பொருள் கொள்வர். அவையேயாய் என்றது இறைவன் உயிர்களோடு கலப்பினால் ஒன்றாதலை உணர்த்தும். 'தானேயாய்' என்றதவ்வாறு கலந்து நின்ற நிலையிலும் பொருள் தன்மையால் வேறாய் நிற்றலை உணர்த்தும். 'அவையே தானே யாய்' என்றது உள்ளிருந்து இயக்கும் தன்மையால் உடனாய் நிற்றலை உணர்த்தும். அம்மையாரின்,

''என்னை உடையானும் ஏகமாய் நின்றானும்
தன்னை அறியாத தன்மையனும்'' (*அ.தி.செ.* 92)

என்ற பாடலில் 'என்னை உடையான்' என்றது உயிரேயாய் இருத்தலை உணர்த்தும். 'ஏகமாய் நின்றான்' என்றது தானேயாய் இருத்லையும், தன்னயறியாத தன்மையன் என்றது அவையே தானேயாயிருத்தலையும் குறித்தன என்பர்.

பதியின் தொழில்கள்

பதியின் தொழில்களை முத்தொழில் என்றும், ஐந்தொழில் என்றும் வகைப்படுத்திக் கூறுவர். முத்தொழில் என்பது படைத்தல், காத்தல், அழித்தலைக் குறிக்கும். இவற்றுடன் மறைத்தலையும், அருளலையும் சேர்த்து ஐந்தொழில் என்பர்.

''இறைவனே எவ்வுயிரும் தோற்றுவிப்பான் தோற்றி
இறைவனே ஈண்டிறக்கம் செய்வான் - இறைவனே
எந்தாய் என இரங்கும் எங்கள்மேல் வெந்துயரம்
வந்தால் அதுமாற்று வான்'' (*அ.தி.* 5)

என்ற பாடலில் அம்மையார் இறைவன் செய்யும் முத்தொழில் களை உணர்த்துகின்றார். 'எவ்வுயிரும் தோற்றுவிப்பான்' என்றத னால் படைத்தலையும், 'ஈண்டு இறக்கம் செய்வான்' என்றதனால் ஒடுக்குதலையும், 'வெந்துயரம் வந்தால் மாற்றுவான்' என்றதனால் காத்தலையும் உணர்த்துகின்றார். உயிர் அநாதி நித்தப் பொருள். உயிர்களின் வினைக்கீடான உடலோடு கூடிய கருவி கரணங் களோடு கூட்டுவித்தலே தோற்றுவித்தல் என்றும், அக்கருவி கரணங்களிலிருந்து விடுவித்தலே இறக்கம் செய்தல் என்று உணர்த்தப்படும்.

மேலும், அம்மையார் சிவபெருமானை நோக்கி உன்னை உருத்திரன் என்று கூறுவேனோ, பிரமன் என்று கூறுவேனோ, அப்பிரமனுக்கும் அப்பாற்பட்ட திருமால் என்று கூறுவேனோ - உன்னுடைய பண்பு இன்னதென்று உணர முடியவில்லை என்று கூறுகின்றார் (*அ.தி.* 18). இவ்வாறு அம்மையார் இறைவனை நோக்கிக் கூறுவது அவன் ஒருவனே இம்மும்மூர்த்திகளாய் இருந்து முத்தொழில் புரிவதை உணர்த்துகின்றது.

"மூவுருவும் போர்த்து உகந்த அம்மான்" (*திரு.இர.* 16)

என்று அம்மையார் இறைவன் அயன், கரி, அரன் என்ற மூன்று நிலையையும் கூடிய உருவம் கொண்டுள்ளான் என்பதை உணர்த்துகின்றார்.

"படைத்து அளித்து அழிப்ப மும்மூர்த்திகளாயினை"
(1:128 *அடி* 4)

"மேவராய விரை மலரோன் செங்கண்மால் ஈசன் என்னும்
மூவராய முதல் ஒருவன்" (1:51:1)

என்று திருஞானசம்பந்தர் கூறுவதும் இங்கு அம்மையார் வாக்குடன் ஒப்புநோக்கத் தக்கன.

அம்மையாரின் இக்கருத்துக்களை அடியொற்றி பின்வந்த அருணந்தி சிவாசாரியார் முழுமுதற் பொருளான இறைவனே முத்தொழில்கள் புரிவது உண்டு என்றும் (*சிஞானசித்தியார் சுபக்கம்,* 53), அத்தொழில்களைப் பிரமன், திருமால், உருத்திரன் இவர்களைக் கொண்டு செய்விப்பதும் உண்டு (*சிவஞானசித்தியார் சுபக்கம்,* 54) என்றும் கூறுகின்றார்.

பதியின் குணங்கள்

இறைவனுக்கு எண்குணங்கள் கூறுவது சிவாகம வழக்கு. அவற்றுள் சில அம்மையார் பாடலில் உணர்த்தப்படுகின்றன.

"தொழுவார் இடர் கண்டு இரான்" (*திரு.இர.* 3)

இறைவனுடைய பேரருளுடைமையை உணர்த்தும். அது போல 'அந்தணன்' என்ற சொல் (*திரு.இர.* 4) அந்தண்மை என்று பொருள்பட்டு இறைவனுடைய பேரளுடைமையை உணர்த்தும். 'வல்லாளன்' (*திரு.இர.* 4) என்பது இறைவனின் அளவிலா ஆற்றலை உணர்த்தும். 'அறிவான்' (*அ.தி.* 20)என்றதும், 'அறிவினையே பற்றினால்' (*அ.தி.* 87) என்றதும் இயற்கை உணர்வினன், உற்றுணர்வினன் என்பதை உணர்த்தும். 'மின்னும் சுடர் உரு' (*அ.தி.* 24) என்றலும், 'மூவா நுதற்கண்ணான்' (*அ.தி.* 32) என்றதில் 'மூவா' என்ற அடைமொழி இறைவன் தூய உடம்பினன் என்பதை உணர்த்தும்.

பதியை உணரும் முறை

''இன்று நமக்கெளிதே மாலுக்கும் நான் முகற்கும்
அன்றும் அளப்பரியன் ஆனானை'' (*அ.தி.* 19)

என்று காரைக்கால் அம்மையார் கூறுகின்றார். பிரமனும், திருமாலும் கடுமையான தவமிருந்து சிவபெருமானிடம் பெற்ற வரத்தால் முறையே படைத்தல் தொழிலுக்கும், காத்தல் தொழிலுக்கும் அதிபதி ஆயினர். ஆனால், பதவி கிடைத்ததும் வரம் கொடுத்த சிவபெருமான் மறந்து தாமே தலைவர் என்று தருக்கித் திரிந்ததால் அவர்களால் சிவனின் அடிமுடியை அறிய முடிய வில்லை. இஃது ஆணவம் இருக்கு மட்டும் உயிர்கள் இறைவனை உணரா என்பதை உணர்த்தும். அம்மையார் தன்முனைப்பற்று அருள்வழியில் நின்றதால் இறைவன் எளியவனானான். அருளே இறைவனை உணர்தற்குரிய வழி. இறைவனை நூலறிவாலோ (*பாச ஞானம்*), தம் சிற்றறிவாலோ (*பசு ஞானம்*) அறிவது இயலாதது. விளக்கின் வெளிச்சத்தைக் கொண்டு விளக்கினை அறிவதுபோல சூரிய ஒளியைக் கொண்டு சூரியனை அறிவது போல, இறைவனுடைய அருளைக் கொண்டு தான் நாம் இறைவனை உணர முடியும். உயிர்கள் இறைவனது திருவருளாலே அவனை உணரும் என்பதை அம்மையார்,

''... அருளாலே
மெய்ப்பொருளை நோக்கும் விதியுடையேன்'' (*அ.தி.* 9)

என்று கூறுகின்றார்.

பசு இயல்புகள்

உயிர்கள் இறைவனின் அடிமை

''அவர்க்கல்லான் மற்றொருவர்க்கு
ஆகாப்போம் எஞ்ஞான்றும் ஆள்'' (*அ.தி.* 3)

''ஆளானோம்'' (*அ.தி.* 4)

''கைம்மா உரிபோர்த்த கண்ணுதலான் வெண்ணீற்று
அம்மானுக்கு ஆளாயினேன்'' (*அ.தி.* 7)

"ஆயினேன் ஆள்வானுக்கு"   (அ.தி. 8)
"எந்தையார்க்கு ஆட்பட்டோம்"   (அ.தி. 23)
"தனக்கே அடியனாய்"   (அ.தி. 44)
"....படிமேற்
குனிய வலமாம் அடிமை கொண்டாடப் பெற்றோம்"
                                (அ.தி. 69)
"எந்தையார்க்கு ஆட்செய்யப் பெற்ற" (அ.தி. 79)
"என்னை உடையான்"   (அ.தி. 91)
"அம்மானுக்கு ஆட்பட்ட அன்பு"   (திரு.இர. 16)

என்று அம்மையார் தம் திருமுறைகளில் பல இடங்களில் தாம் இறைவனுக்கு அடிமையாகி ஆட்படுதலைக் குறிப்பிடு கின்றார்.

இறைவனின் உயர்வும் உயிர்களின் இழிபும்

"ஈசன் அவனலாது இல்லை என நினைத்து
கூசி"   (திரு.இர. 2)

என்ற பாடல் சிவபெருமானை விட மேலான தெய்வம் யாதுமில்லை என்பதை உணர்ந்து ஒப்பற்ற அவரை நினைத்தற்கும், அடிமை செய்தற்கும் நமக்கு எட்டுணையும் தகுதியில்லை என்று கூசுவதாக அம்மையார் கூறுவது இறைவனது மிக்க உயர்வையும் உயிர்களது தாழ்ந்த இழிவையும் உணர்த்தும்.

உயிர்களின் வகைகள்

அம்மையார் பாடலில் வரும் 'எவ்வுயிரும்' என்ற சொல் (அ.தி. 5) பிரளயாகலர், விஞ்ஞானகலர், சகலர் என்ற மூவகை ஆருயிரைக் குறிப்பால் உணர்த்திற்று என்பர்.

உயிர்களின் பிறவிகள்

"அவர்க்கே எழுபிறப்பும் ஆளாவோம்"   (அ.தி. 3)

என்று அம்மையார் உயிர்கள் எழுவகைப் பிறப்புக்களை அடைவதை உணர்த்துகின்றார். ஏழு வகை பிறப்புக்களாவன: 1.

தாவரம், 2. நீர்வாழ்வன, 3. ஊர்வன, 4. விலங்கு, 5. பறப்பன, 6. மனிதர், 7. தேவர்,.

உயிர்களின் பிறவிக்குக் காரணம்

"இறைவனே எவ்வுயிரும் தோற்றுவிப்பான் தோற்றி
இறைவனே ஈண்டிறக்கம் செய்வான்" (அ.தி. 5)

என்று அம்மையார் கூறுகின்றார். உயிர் அநாதி ஆதலால் இங்குத் தோற்றுவித்தல் என்றது உயிர்கள் செய்த வினைக்கேற்ப உயிர் கட்குத் தூல உடம்பு கொடுத்து பிறவியில் செலுத்துதலாம். இறக்கம் செய்தலாவது வினைப் பலனை அனுபவித்து முடிந்தத் உயிரைத் தூல உடம்பிலிருந்து பிரித்தல் ஆகும். எனவே உயிர்களின் பிறவிக்குக் காரணம், உயிர்கள் செய்த வினையும், இறைவனின் கருணையும் என்பது பெறப்படும்.

உயிரியல்பு

உயிரின் இயல்புகளுள் ஒன்று பற்றுக்கோடின்றித் தனித்து நில்லாது. ஏதாவது ஒன்றைச் சார்ந்தே நிற்கும். சைவ சித்தாந்தம் கூறும் பொருட்கள் மூன்றே. அவை பதி, பசு, பாசம். பசு என்பது உயிர். எனவே உயிர்க்கு இருவகை சார்புகளே உண்டு. அவை பதிச் சார்பும், பாசச் சார்பும் என்பது உய்த்துணரப்படும். பதிச் சார்பு உயிர்க்கு இன்பம் தரும். பாசச் சார்பு உயிர்க்குத் துன்பம் தரும். எனவே இரு வகைச் சார்புகளுள் உயிர்க்குப் பதிச் சார்பே வேண்டற்பாலது. இதனை அம்மையார், துன்பம் தரும் பிறவிக் கடலுள் தள்ளப்பட்டு வீழாமல் மேலான இன்பம் பெற வேண்டும் என்று விரும்புகின்றவர்களே, சிவபெருமானின் பொற்பாதங்களைத் தாமதியாமல் வணங்கிப் பணிந்து பல காலம் தலைப்பட்டு அந்நிலையில் உறுதியுடன் நில்லுங்கள் என்பதால் உணர்த்துகின்றார் (திரு.இர. 9).

உயிர்களின் இருவகை நிலை

உயிர்கள் பாசத்தைச் சார்ந்துள்ள நிலை கட்டுநிலை எனப் படும். பதியைச் சார்ந்துள்ள நிலை முக்திநிலை எனப்படும். கட்டுநிலையில் உயிர் தன்னையும், உலகினையும் காணும்.

இறைவனைக் காணாது, முக்திநிலையில், உயிர் உலகையும், தன்னையும் காணாது. எனவே, இறைவனின் உருவத்தை வேறு காண இயலாது. இதனை,

"அன்றும் திருவுருவம் காணாதே ஆட்பட்டேன்
இன்றும் திருவுருவம் காண்கிலேன்"   (அ.தி. 61)

என்ற அம்மையாரின் பாடலடிகளால் அறியப்படும். 'அன்று' என்றது அருள் விளக்கம் பெறாது அம்மையார் உலகில் நின்ற நிலையைக் குறிக்கும். அஃது உயிரின் பெத்த நிலையை உணர்த்தும். 'இன்று' என்றது சிவனருளால் சிவபூத நற்கணத்தில் ஒன்றாகப் பேறு பெறும் நிலையைக் குறிக்கும். அஃது உயிரின் முக்திநிலையை உணர்த்தும்.

"இம்மைக்கும் அம்மைக்கும் எல்லாம் அமைந்தோம்"
                                          (அ.தி. 91)

என்று அம்மையார் கூறுவதில் 'இம்மை' என்றது பிறப்பு நிலையையும், 'அம்மை' என்றது முக்திநிலையையும் உணர்த்தும்.

பதி உயிருக்குச் செய்யும் இருவகை உதவிகள்

உயிர் அறிவுப் பொருள். ஆனால், அதன் அறிவில் பல குறைபாடுகள் உள்ளன. கண் காணும் தன்மை உடையதாய் இருந்தாலும் வெளிச்சத்தின் உதவியின்றி ஒன்றையும் காண இயலாது. அதுபோல அறிவுடைப் பொருளான உயிர் இறைவன் உதவியின்றி ஒன்றையும் அறிய முடியாது. கண் ஒரு பொருளைக் காண வேண்டுமாயின் சூரிய ஒளியோ, பிற ஒளியோ பொருளை விளக்கிக் காட்டுதல் வேண்டும். அதுபோல இறைவன் உயிரறிவை விளக்கி அறியச் செய்வது காட்டும் உபகரணம் ஆகும். சூரிய ஒளியோ, பிற ஒளியோ ஒரு பொருளை விளக்கிக் காட்டினால் மட்டும் போதாது. கண் அப்பொருளைக் காணும்போது உயிரறிவும் உடன்நின்று காணுதல் வேண்டும். அவ்வாறின்றி உயிரறிவு வேறோர் சிந்தனையில் இருந்தால் காணும் காட்சி கருத்தில் பதியாது. அதுபோல இறைவன் உயிரறிவை விளக்கிக் காட்டினால் மட்டும் போதாது. உயிர் ஒன்றினை அறியும்போது ஞானம் உடன்நின்று அறிதல் வேண்டும். இது காணும் உபகாரம் என்று

சைவ சித்தாந்தக் கருத்துக்கள் 51

கூறப்படும். எனவே, உயிர் ஒன்றினை அறிதற்கு இறைவன் செய்யும் இவ்விரு வகை உபகாரங்களும் தேவை. சைவ சித்தாந்தம் கூறும் இக்கருத்தை அம்மையார் முன்னோடியாக முதன்முதலில் தம் பாடல்களில் அறிவுறுத்துகின்றார்.

> **''அறிவானும் தானே அறிவிப்பான் தானே**
> **அறிவாய் அறிகின்றான் தானே - அறிகின்ற**
> **மெய்ப்பொருளும் தானே''** (*அ.தி.* 20)

என்ற பாடலில் 'அறிவான்' என்றது இறைவனின் இயற்கை உணர்வையும், முற்றுணர்வையும் குறிக்கும். 'அறிவிப்பான்' என்றது உயிர்கட்கு அறிவிப்பவன் அவன் என்று இறைவன் செய்யும், காட்டும் உபகாரத்தை உணர்த்தும். 'அறிவாய் அறிகின்றான்' என்றது உயிர்களின் அறிவோடு கூடி நின்று அறிகின்றவனும் அவனே எனப் பொருள்படுமாதலால் அஃது உயிர்கள் அறியும் போது தானும் உடன்நின்று அறிகின்ற காணும் உபகாரத்தை உணர்த்தும்.

> **''காணும் கண்ணுக்குக் காட்டும் உளம்போல்**
> **காண உள்ளத்தைக் கண்டு காட்டலின்**
> **யார் அன்பின் அரன்கழல் செலுமே''**

என்று சிவஞானபோதம் பதினோராம் சூத்திரத்திற்கு விளக்கவுரை எழுதும் சிவஞான முனிவர், அம்மையாரின் முற்கூறிய பாடலையே மேற்கோளாக எடுத்தாளுவது இங்கு அறிந்து இன்புறுதற்குரியது.

பாசம்

உயிர்கள் இறைவனை உணரா வண்ணம் தடுப்பது பாசம். அவை ஆணவம், கன்மம், மாயை என்ற மூன்றாகும். இம் மூன்றினுள் செம்பிற் களிம்பு போல் உயிரை அநாதியாய்ப் பற்றி யுள்ளது ஆணவ மலமேயாகும். இவ் ஆணவ மலமே உயிர்கள் அடையும் துன்பத்திற்கும் காரணமாகும். 'இருள் இன்றலே துன்பென்' (*தி.ப.* 27) என்று உமாபதி சிவம் கூறுகின்றார். உயிரைப் பற்றியுள்ள உயிரோடு உடன் தோன்றிய மலம் ஆதலால் சகச மலம் எனப்படும். இச்சகச மலம் நீங்காமையினாலேயே இறைவன் உலகைப் புனருற்பவம் செய்வதாக சிவஞானபோதம்

முதல் சூத்திரம் கூறுகின்றது. அக்கருத்து, 'கிளர்ந்து உந்து வெம் துயர்' என்ற பாடலடியால் (*திரு.இர.* 1) உணர்த்தப்படுகின்றது. கிளர்ந்த - ஆணவ மலம் மிக்கெழுந்து; உந்து - மேல் வினைகளைச் செய்ய; அவ்வினை காரணமாக வெங்கும்பிக் காயத்தள் வந்து சேரும் பிறவித் துன்பத்தை இவ்வுயிர்கள் அனுபவிப்பதாக அம்மையார் கூறுகின்றார்.

வினை

அம்மையார் தம் நூலில் வினையைப் பின்வரும் அடைமொழிகளால் குறிப்பிடுகின்றார்:

வினைக்கடல்	-	(*அ.தி.* 1)
வல்வினைகள்	-	(*அ.தி.* 34)
மேலை இருவினை	-	(*அ.தி.* 81)
தொல்வினை	-	(*திரு.ர.* 11,12)
இடர்	-	(*அ.தி.* 16)
எறிவினை	-	(*அ.தி.* 87)

உயிர்கள் அறிந்தோ அறியாமலோ வினைகளைச் செய்கின்றன. அவ்வாறு செய்யப்பட்ட வினைகள் இறைவனது ஆணையால் உயிர்களைத் தப்பாது வந்து அடையுமாதலால் அதன் வலிமையை உணர்த்த 'வல்' என்ற அடைமொழி கொடுத்து வல்வினைகள் என்கின்றார் அம்மையார். வினைகள் நல்வினை, தீவினை என இருவகைப்படும் என்பதை இருவினை என்ற சொல்லாலும், இவ்வினைகளே மேல்வரும் பிறவிக்கு வித்தாக அமைவதால் 'மேலை' என்ற அடைமொழி கொடுத்து 'மேலை இருவினை' என்கின்றார் அம்மையார். 'தொல்வினை' என்றது பழமை வாய்ந்த வினைகளின் தொகுதியின் சஞ்சிதத்தை உணர்த்திற்று. 'இடர்' என்பது துன்பம். அது வினைப் பலனைக் குறிக்கும். வினைப் பலன் சைவ சித்தாந்தத்தில் பிராரத்தம் என்று சொல்லப்படும். எனவே அம்மையார் 'இடர்' என்ற சொல்லால் பிராரத்தத்தைக் குறித்தார். வினைப் பலன்களானது உயிர்களை ஐம்பூதங்களினாலோ, அவ்வுயிர்களாலோ அல்லது பிற உயிர் களாலோ அல்லது சிறு தெய்வத்தின் மூலமாகவோ வந்தடையும்.

அவை வினைப் பயன் வரும் வாயில்கள் எனப்படும். அவை ஆதிபௌதிகம், ஆதியனாமிகம், ஆதிதைவிகம் எனப்படும். 'எறிவினை' என்றது இவ்வாறு மூவகையால் உயிர்களை வந்தடையும் துன்பங்களை உணர்த்திற்று.

வினைத் தொடர்ச்சி

உயிர்கள் தாம் எடுத்துள்ள பிறவியில் அனுபவிக்க வேண்டிய வினைப் பலன்களைத் துய்க்கும் போதே உண்டாகும் விருப்பு, வெறுப்பு காரணமாய் மேலும் புதிய வினைகளைச் செய்கின்றன. கடலில் ஒரு அலை வந்து முடிந்தவுடன் மற்றொரு புதிய அலை தோன்றி வருவது போன்று உயிர்கள் தாம் செய்த வினைப் பயன்களை அனுபவித்துத் துய்க்கும் போதே மேலும் புதிய வினைகளைச் செய்வதால் அம்மையார் வினையைக் கடலாக உருவகிக்கின்றார். வினை, கரணம், பிறவி, காரியம். எனவே பிறவியும் கடல் போன்றது. இவவாறு வினையின் காரணமாய் பிறவியும் பெருகித் தொடர்ந்து வருதலால் 'மீளா' என்ற அடைமாழி கொடுத்து 'மீளாப் பிறவிக் கடல்' என்கின்றார் அம்மையார்.

வினை நீக்கம்

உயிர்கட்கு வினையானது தொடர்ச்சியாய் வந்து கொண்டே இருந்தால் அவை அவற்றிலிருந்து விடுபடுவது எங்ஙனம் என்ற கேள்வி எழும். அம்மையார்,

> ''கோல அரணார் அவிந்து அழிய வெந்தீ அம்பு எய்தான்
> சரணார விந்தங்கள் சார்ந்து'' (*அ.தி.* 81)

என்று இருவினையின் வேரையும் அறுத்து விட்டதாகக் கூறுகின்றார்.

சிவபெருமானை நினைந்து அணையாதாரை வல்வினைகள் அடரும் என்றது (*அ.தி.* 34). அவனை நினைந்து வழிபடுபவரை வல்வினைகள் அடராது என்ற பொருள் தந்து 'சிவவழிபாடே வினைநீக்கத்திற்கு உபாயம்' என்பதை உணர்த்தும்.

தனக்கு ஒப்பு ஒருவருமில்லாத செம்மேனி அம்மானாகிய சிவபெருமானை, கையில் மலர் கொண்டு தொழுபவர்களின் தொல்வினைகள் நீங்கும் என்று அம்மையார் கூறுகின்றார் (*திரு.இர.* 11). சிவபெருமானது திருவடியைக் கண்டு கொண்டிருக்கும் அடியார்களைப் பேணுகின்ற அடியவர்களது நிழலைக் கண்ட போதே தீவினைகள் நிற்கலாற்றாது நீங்கும் என்று அம்மையார் கூறுகின்றார் (*திரு.இர.* 11). எனவே வினை நீக்கத்திற்கு உபாயம் சிவனைத் தொழுதலும், அடியாரைப் பேணுதலும் ஆகும். அம்மையார் மற்றொரு பாடலில், பாச நீக்கத்திற்குரிய உபாயமாக தொண்டர் பாதத்தைத் தொழுதலையும், சிவனடியார் அல்லாதார் கூட்டத்தை நீங்குதலையும் உபாயமாகக் கூறுகின்றார் (*அ.தி.* 40). அடியார் சார்பால் விளங்கும் சிவஞானத்தால் முதல்வனை உணரும் நிலை அடைவர். அவர்களை வினைகள் வந்து பொருந்தா. சிவனடியார் அல்லாதார் கூட்டுத் தொடர்பு உயிர்களின் மெய் யியல்பை மறக்கச் செய்யும் மலங்களாய் பிறவியில் வீழ்த்தும் என்று மெய்கண்ட தேவர் கூறுவது(*சிவஞானபோதம் உதாரண வெண்பா,* 75) இங்கு ஒப்பு நோக்கத்தக்கது.

சாதனம்

உயிர்கள் தம்மைக் கட்டியுள்ள பாசத்திலிருந்து நீங்கி, தமக்குள்ளேயே உள்ள பதியினை உணர வேண்டுதலையே குறிக்கோளாகக் கொண்டிருத்தல் வேண்டும். அவ்வாறு பதியை உணர்தற்கு உயிர்கள் சில பயிற்சிமுறைகளைப் பின்பற்ற வேண்டும். அவ்வாறு பின்பற்றும் முறைகள் சாதனம் அல்லது வழிபாடு என்று சொல்லப்படும். உயிர்கள் திரிகரணங்களும் ஒன்றி இறைவனை வழிபட வேண்டும். திரிகரணங்களாவன: மனம், வாக்கு, காயம் என்ற மூன்றாகும்.

"கண்டு எந்தை என்று இறைஞ்சிக் கைப்பணி யான்
செய்யேனேல்
அண்டம் பெறினும் அது வேண்டேன் - துண்டஞ்சேர்
விண்ணாளுந் திங்களாய் மிக்குலகம் ஏழினுக்கும்
கண்ணாளா ஈதென் கருத்து" (*அ.தி.* 72)

என்ற பாடலில் 'கண்டு' என்றது மனத்தினால் இறைவனைக் காணலையும், 'எந்தை என்று இறைஞ்சி' என்றது வாக்கினால் துதித்தலையும், 'கைப்பணி' என்றது மெய்யினால் பணி செய்தலையும் உணர்த்திற்று.

அம்மையார் மற்றுமோர் பாடலில் தான் திரிகரண வழிபாடு செய்தலை உணர்த்துகின்றார்.

''கண்ணாரக் கண்டும் என் கையாரக் கூப்பியும்
எண்ணார எண்ணத்தால் எண்ணியும் - விண்ணோன்
எரியாடி என்றென்று இன்புறுவன் கொல்லோ
பெரியானைக் காணப் பெறின்'' (*அ.தி.* 85)

என்கிற பாடலில் 'கண்ணாரக் கண்டு' என்றது மனக் கண்ணால் கண்டு என்று பொருள்படும். 'எண்ணார எண்ணத்தால் எண்ணி' என்றது மனதில் எண்ணுதலை உணர்த்திற்று. இவ்விரண்டும் மன வழிபாட்டினை உணர்த்தும். 'கையாரக் கூப்பி' என்றது மெய்யினால் செய்யும் வழிபாட்டினை உணர்த்தும். 'விண்ணோன் எரியாடி' என்றது வாயினால் புகழ்தலை உணர்த்தும்.

''நாமாலை சூடியும் நம்மீசன் பொன்னடிக்கே
பூமாலை கொண்டு புனைந்து அன்பாய்'' (*அ.தி.* 87)

என்ற பாடலடிகளில் 'நாமாலை சூடி' என்றது நாவினால் இறைவனைப் போற்றிப் பாடும் பாமாலையைக் குறிக்கிறது. வாக்கின் பணி, 'பூமாலை கொண்டு புனைந்து' என்றது, கையினால் செய்த பணியைக் குறிக்கின்றது. 'அன்பாய்' என்றது மன வழிபாட்டினைக் குறித்தது. இவ்வாறு திரிகரணங்களாலும் செய்யப்படும் வழிபாடு உணர்த்தப்பட்டது.

''தொழு தொண்டர் பாதம்'' (*அ.தி.* 40)

என்று அம்மையார் அடியார் வழிபாடு பற்றிக் கூறுகின்றார்.

''காண்பார்க்கும் காணலாம் தன்மையனே கைதொழுது
காண்பார்க்கும் காணலாம் காதலாற் - காண்பார்க்குச்
சோதியாய் சிந்தையுளே தோன்றுமே தொல்லுலகுக்கு
ஆதியாய் நின்ற அரன்'' (*அ.தி.* 17)

என்ற பாடல் அடியவர்கள் குரு, லிங்க, சங்கமம் என்ற மூன்றிடத்தும் சிவனைக் காண்பவர் என்பதை உணர்த்தும் என்பர். அடைமொழியின்றிக் 'காண்பார்க்கு' என்றது மாணவனின் பாசத்தைப் போக்கிச் சிவமாந்தன்மை பெறச் செய்த குருவைச் சிவமாகக் காண்பதை உணர்த்தும். 'கை தொழுது காண்பார்' என்றது புறத்தில் சிவலிங்கத் திருமேனியில் சிவனைக் காண்பதை உணர்த்திற்று. ஒரு நாடகத்தில் நடிப்போர் அந்தந்த நாடகப் பாத்திரத்திற்குரிய வேடம் புனையும்போது அவ்வேடத்தால் அவை கைவரப்படுவர். அதுபோல் சிவ வேடத்திற்குரிய திருநீறு, கண்டிகை இவற்றால் வசீகரிக்கப்பட்டு அடியவர்களிடத்து அரனைக் காண்பவர்களைக் 'காதலால் காண்பார்' என்று அம்மை யார் கூறுகின்றார். மேலும், இப்பாடலில் 'கை தொழுது காண்பார்' என்றது புறவழிபாட்டினையும், 'காதலால் காண்பார்' என்றது அகவழிபாட்டினையும் உணர்த்தும்.

அம்மையார்,

"முன்னெஞ்சத்தால் இருண்ட மெய்யொளிசேர் கண்டத்தான்
என் நெஞ்சத்தான் என்பன் யான்"   (அ.தி. 6)

"தனிநெஞ்சினுள் அடைத்து"   (அ.தி. 96)

என்று கூறுவது தியான நிலையை உணர்த்தும்.

சைவ சித்தாந்தம் ஞானத்தின் படிநிலைகளாகக் கேட்டல், சிந்தித்தல், தெளிதல், நிட்டை கூடல் என்ற நான்கினைக் கூறும். அம்மையாரின் பின்வரும் பாடலில் அதற்கான குறிப்புகள் உள்ளன.

"ஒன்றே நினைத்திருந்தேன் ஒன்றே துணிந்து ஒழிந்தேன்
ஒன்றே என் உள்ளத்தின் உள் அடைந்தேன் - ஒன்றேகாண்
கங்கையான் திங்கட் கதிர்முடியான் பொங்கொளிசேர்
அங்கையாற்கு ஆளாம் அது"   (அ.தி. 11)

என்ற பாடலில் இறைவனை நினைத்திருத்தல், துணிதல், உள்ளத்தில் அடைத்தல் என்ற மூன்று செயல்கள் கூறப்படு கின்றன. இதில் நினைத்திருத்தல் - கேட்டல், சிந்தித்தலையும்,

துணிதல் - தெளிதலையும், உள்ளத்தில் அடைத்தல் - நிட்டை கூடலையும் குறிக்கும் என்பர்.

பயன்

உயிர்கள் சாதன நெறியில் நிற்பதால் ஏற்படும் பலன்கள் யாவை என்ற கேள்வி எழும்.

> ''சார்ந்தாருக்கு பொற்கொழுந்தே ஒத்திலங்கிச் சாராது
> பேர்ந்தார்க்குத் தீக்கொடியின் பெற்றியவர்'' (*அ.தி.* 82)

என்பதால் இறைவனின் திருவடிகளில் மனம், வாக்கு, காயத்தால் வழிபடுபவர்கட்கு அவை பொற்கொழுந்து போலக் குளிர்ந்த பயன் செய்வன. அவ்வாறு வணங்காதார்க்கு அவை தீக்கொடி போலக் கனன்று அழிவு தருவன என்று அம்மையார் கூறுகின்றார். இறைவன் தன்னைச் சார்ந்து வழிபடும் அடியவர்கட்கு நன்மையைச் செய்தலையும், தன்னைச் சாராத - வழிபடாத அடியவர்கட்கு நன்மையைச் செய்ய மாட்டான் என்பதையும் உமாபதிசிவம் கூறுவதும் (*தி.ப.* 9), திருநாவுக்கரசர் உணர்த்துவதும் (4.11.6) இங்கு நினைவுகூரத் தக்கன.

இறைவனை வழிபடுவதால் உயிர்கள் இருவித பலன்களை அடைகின்றன. 1. துன்ப நீக்கம், 2. இன்ப ஆக்கம். இவற்றை முறையே சைவ சித்தாந்தம் பாச நீக்கம், சிவப் பேறு என்ற சொற்களால் குறிப்பிடும். அற்புதத் திருவந்தாதியில் ஒரு பாடலில் அம்மையார், தாம் இறைவன் தனது திருவடியைச் சேரப் பெற்றதால், தனக்கு இனி ஒரு துன்பமும் இல்லை என்றும், துன்பம் தரும் பிறவியாகிய பெருங்கடலை நீந்தினோம் என்றும் கூறுவது இறை வழிபாட்டில் ஏற்படும் துன்ப நீக்கத்தை உணர்த்தும். எடுத்துள்ள பிறவியின் பிராரத்த வினையை அனுபவிக்கும் பொழுதே மேலும் புதிய ஆகாமிய வினையைச் செய்யாமல் இருக்க இறை வழிபாடு உதவும்.

உயிர்களின் இயல்பு துன்பத்திலிருந்து விடுபட்டு இன்பத்தை விரும்புதலாகும். அம்மையார் திருவிரட்டை மணிமாலையில் ஒரு பாடலில் (*செ.* 9), துன்ப வெள்ளமான கடலில் தள்ளப் பட்டு வீழாமல் மேலான இன்பத்தைப் பெற வேண்டும் என்று

விரும்புகின்றவர்களே சிவபெருமானுடைய பாதங்களைத் தாமதியாமல் பணிந்து வணங்கிப் பல காலம் தலைப்பட்டு அதில் உறுதியுடன் நில்லுங்கள் என்று கூறுவது இறைவனைச் சார்பவர்கள் இன்பம் அடைவர் என்பதை உணர்த்தும். இப்பாடலில் அம்மையார் வீடு பேற்றினை இன்பம் என்ற சொல்லால் குறித்தார்.

"அவனே தானே ஆகிய அந்நெறி
ஏகனாகி இறைபணி நிற்க
மலமாயை தன்னொடு வல்வினையன்றே"

என்று சிவஞானபோதம் பத்தாம் சூத்திரம் பாசநீக்கம் கூறுகின்றது.

"அயரா அன்பின அரன்கழல் செலுமே"

என்ற சிவஞானபோதம் பதினோராம் சூத்திரம் சிவப்பேறு இன்னது என்பதை உணர்த்துகின்றது.

"காரைக்காற் பேய் தன்
பாடல் பத்தும் பாடியாடப் பாவம் நாசமே"
(*திருவாலங்காட்டு மூத்த திருப்பதிகம்*, 2:11)

என்று பாசநீக்கத்தையும்,

"காரைக்கால்பேய் செப்பிய செந்தமிழ் பத்தும் வல்லார்
சிவகதி சேர்ந்த இன்பம் எய்துவாரே"
(*திருவாலங்காட்டு மூத்த திருப்பதிகம்*, 1:11)

என்று சிவப்பேறு பற்றியும் அம்மையார் உணர்த்துகின்றார்.

சீவன் முத்தர் இயல்புகள்

உடம்பு நீங்கியபின் பெறுவதற்குரிய பேரின்பத்தை உடம்புடன் கூடியிருக்கும் நிலையிலேயே பெறுவது சீவன் முக்தி எனப்படும். அந்நிலையைப் பெற்றவர்கள் சீவன் முத்தர்கள் எனப்படுவர் (*சி. அருணை வடிவேல் முதலியார், சித்தாந்த வினா-விடை, ப.* 380). சித்தாந்த நூல்களில் கூறப்படும் சீவன் முத்தர் இயல்புகட்கு அம்மையார் கூறும் கருத்துக்கள் அடிப்படை ஆகின்றன.

சிவனையே சிந்தித்தல்

''முன் நஞ்சத்தால் இருண்ட மெய்யொளி சேர் கண்டத்தான்
என் நெஞ்சத்தான் என்பன் யான்'' (*அ.தி.* 6)

''ஈசனை யான் என்றும்
மனக்கினிய வைப்பாக வைத்தேன்'' (*அ.தி.* 10)

''தனி நெஞ்சினுள் அடைத்து'' (*அ.தி.* 96)

என்றெல்லாம் அம்மையார் கூறுவது சீவன் முத்தர்கள் தம் இதயத்துள் இறைவனை உள்ளடக்கியவர்கள் என்பதை உணர்த்தும். சிறிய ஆலம் விதை பெரிய ஆல மரத்தைத் தன்னுள் அடக்கிக் கொண்டிருப்பதுபோல சீவன் முத்தர்கள் தம் சிறிய நெஞ்சில் பெரிய வியாபகப் பொருளான இறைவனை உள்ளடக்கியவர்கள். இறைவனுடைய திருவடியை இடையறாது சிந்திப்பவர்கள் அடியவர்கள் ஆவர். ''இமைப்பொழுது என் நெஞ்சில் நீங்காதான்'' (சிவபுராணம், வரி. 2) என்று மாணிக்கவாசகர் கூறுவதுபோல இங்கு அம்மையார் 'என் நெஞ்சத்தான்' என்கின்றார்.

பயன்கருதா அன்பு

அம்மையார், இறைவன் தன்னுடைய பிறவித் துன்பத்தை நீக்கா விடினும், தன் மேல் இரக்கம் கொள்ளாவிடினும், தான் செல்ல வேண்டிய நெறியைக் காட்டாவிடினும், தன்னுடைய நெஞ்சு அவரிடத்துச் செலுத்த வேண்டிய அன்பினின்றும் நீங்காது என்று கூறுவது (அ.தி. 2), இறைவன் எனக்கு இரங்கார் ஆயினும், என் அன்புடைய உள்ளம் அவருக்கு ஆட்பட்டே என்றும் மகிழ் வுடனிருக்கும் என்று கூறுவதும் (அ.தி. 23) அடியார்கள் பயன் கருதாமல் இறைவனிடம் அன்பு செலுத்துபவர்கள் என்பதை உணர்த்தும்.

திருத்தொண்டில் உறுதி

அம்மையார் இறைவனை நோக்கி 'உனது திருவருள் காணப் பெற்று, எந்தந்தையே என் அன்பினால் அழைத்து வணங்கி, என்னால் இயன்ற கைத்திருத்தொண்டு செய்து மகிழாவிடில்

அண்டத்தினை ஆளும் உயர்ந்த பதவி தானே வந்து கிடைத்தாலும் அதனை ஒரு பொருளாக விரும்ப மாட்டேன்' (அ.தி. 72) என்று கூறுவதிலும்,

"பெறினும் பிறிது யாதும் வேண்டோம்" (அ.தி. 86) என்றதனாலும்,

"கூடும் அன்பினில் கும்பிடலேயன்றி வீடும் வேண்டாம் விறலின் விளங்கிய"

அடியாரியல்பு புலனாகும்.

பார்க்குமிடமெங்கும் பரமே காணல்

அதிகாலையில் உதிக்கும் செந்நிற ஞாயிறு அம்மையாருக்குச் சிவபெருமானின் சிவந்த திருமேனியை நினைப்பூட்டும். நண்பகல் நேரமானது அப்பெருமானின் திருமேனியில் பூசப்பட்ட திருநீற்றினை நினைப்பூட்டும். அந்தியில் தோன்றும் செக்கர் வானம் அப்பெருமானின் செஞ்சடைக் கற்றையை நினைப்பூட்டும். நள்ளிரவின் இருட்டு அப்பெருமானின் நஞ்சுண்ட கறுத்த கண்டத்தினை நினைப்பூட்டும் (அ.தி. 65). கால தத்துவத்தைக் கடந்து விளங்கும் கடவுளை அம்மையார் கால தத்துவத்தில் கண்டார்.

"பரஞானத்தால் பரத்தைத் தரிசித்தோர்
பரமே பார்த்திருப்பர் பதார்த்தங்கள் பாரார்"

(*சிவஞான சித்தியார் சுபக்கம்*, செ. 311)

என்ற சீவன் முத்தர் இயல்பை உணர்த்தும்.

அம்மையாரின் நூல்களுக்கும் சாத்திர நூல்கட்குமுள்ள ஒப்புமைப் பகுதிகள்

சிவஞான போதத்துடன் ஒப்புமை

இறைவன் ஒருவன் என்பதை அம்மையார் 'ஒன்றே காண்' (அ.தி. 11) என்று கூறுவதுபோல மெய்கண்ட தேவரும் 'ஒன்றென்ற தொன்றே காண் ஒன்றே பதி' (*சிவஞானபோத உதாரண வெண்பா*, 7) என்று கூறுகின்றார்.

சிவஞான சித்தியாருடன் ஒப்புமை

''எக்கோலத்து எவ்வுருவாய் எத்தவங்கள் செய்வார்க்கும்
அக்கோலத்து அவ்வுருவே ஆம்'' (*அ.தி.* 33)

என்று அம்மையார் கூறுவதற்கொப்பாக,

''யாதொரு தெய்வங் கொண்டீர் அத்தெய்வமாகி ஆங்கே
மாதொரு பாகனார் தாம் வருவார்''
(*சிவஞான சித்தியார் சுபக்கம்,* 115)

என்று அருணந்தி சிவாசாரியார் கூறுகின்றார்.

திருவருட்பயனுடன் ஒப்புமை

உமையம்மையாருக்கு ஒரு பாகம் ஈந்த இறைவனது திருவடியின் கண்ணே சேர்க்கின்ற முக்தித் திருவானது, திருவருளின் திறத்தால் அன்றி வேறு உனது ஆன்ம போத முயற்சியால் பெறுதற்குரியதோ என்று அம்மையார் தம் நெஞ்சை நோக்கி வினவுவதற்கு (அ.தி. 47) ஒப்பாக,

''தாமே தரும் அவரைத்தம் வலியினாற் கருத
லாமே இவனா ரதற்கு''

என்ற திருவருட்பயன் குறள் வெண்பா (70) அமைந்துள்ளது.

சங்கற்ப நிராகரணத்துடன் ஒப்புமை

''அறிவானும் தானே அறிவிப்பான் தானே
அறிவாய் அறிகின்றான் தானே - அறிகின்ற
மெய்ப்பொருளும் தானே'' (*அ.தி.* 20)

என்று அம்மையார் கூறுவது சங்கற்ப நிராகரணம் என்ற நூலில் (8, வரி 87-90) இடம் பெறுகிறது.

''அகிலமும் தெளிய அறிவோன் தானும்
அகிலமும் அறிஞரை அறிவிப்போனும்
அறிஞர்க்கு அறிவாய் அறிகின்றோனும்
அறிவிற்கு அறிபொருள் ஆவோன் தானும்''

என்று எடுத்தாளப்பட்டுள்ளது.

6. இலக்கிய நயம்

சிவஞானம் பெற்ற அம்மையார் பாடல்களில் இலக்கிய நயமும் கண்டு இன்புறுதற்குரியது.

> ''அவளோர் குலமங்கை பாகத்து அகலாள்
> இவளோர் சலமகளும் ஈதே - தவளநீறு
> என்பணிவீர் என்றும் பிரிந்தறியீர் ஈங்கு இவருள்
> அன்பு அணியார் சொல்லுமின் இங்கு ஆர்'' (*அ.தி.* 95)

வெள்ளிய திருநீற்றினையும், எலும்பு மாலையையும் அணிந்த இறைவன் ஒப்பற்ற உயர்குடியில் பிறந்த உமா தேவி யாரையும் தமது இடப் பாகத்தில் பிரியாது வைத்துள்ளார். கங்கா தேவியும் அவரது திருமுடியிலிருந்து நீங்காது உள்ளார். இவ்விருவருள்ளே நம்பால் அன்பினால் அணியாராய் வாழும் உரிமையுடையார் யார் என அம்மையார் இறைவனை வினவு வது நயமுடைத்து. இங்க உமாதேவியைக் குலமகளாகவும், இடையில் வந்து சேர்ந்த கங்கா தேவியைசச் சலமகளாகவும் கூறும் நயம் இன்புதற்குரியது. சலமகள் என்பதில் சலம் என்பது நீர் என்ற பொருளையும் வஞ்சனை என்ற பொருளையும் பயப்பது படித்து இன்புறுதற்குரியது.

> ''சிலம்படியாள் ஊடலைத் தான் தவிர்ப்பான் வேண்டிச்
> சிலம்படிமேல் செவ்வரத்தம் சேர்த்தி - நலம் பெற்று
> எதிராய செக்கரினும் இக்கோலஞ் செய்தான்
> முதிரா மதியான் முடி'' (*அ.தி.* 68)

முதிராத இளம்பிறை அணிந்த சிவபெருமான் மலை மகளான உமாதேவியின் ஊடலைத் தவிர்க்க, அத்தேவியாரது செம்பஞ்சுக் குழம்பு பூசப் பெற்ற சிலம்பணிந்த திருவடி மேல் தனது திருமுடியைச் சாய்த்து வணங்கியதால் அவரது சடை

சிவந்த வானத்தைக் காட்டிலும் மிக்க சிகப்பினைப் பெற்று அழகுடன் திகழ்ந்தது என்று அம்மையார் கூறுகின்றார்.

> **''மனைவி உயர்வும் கிழவோன் பணிவும்**
> **தினையும் காலை புலவியுள் உரிய''**

என்ற தொல்காப்பியர் கருத்துப்படி அம்மையார் இறைவனையும் இறைவியையும் போற்றும் நயம் அறிந்தின்புறுதற்குரியது. உலக மக்கள் அன்பினால் ஊடியும், கூடியும் போகம் நுகர்தலாகிய இல்வாழ்க்கையினை இனிது நிகழ்த்துதலை இறைவன், இறைவி செயல் மூலம் அம்மையார் குறிப்பாக உணர்த்தும் நயம் கண்டு இன்புறுதற்குரியது.

> **''விசும்பில் விதியுடைய விண்ணோர் பணிந்து**
> **பசும்பொன் மணிமகுடம் தேய்ப்ப - முசிந்தெங்கும்**
> **எந்தாய் தழும்பேறியே பாவம் பொல்லாவாம்**
> **அந் தாமரை போல் அடி''** (*அ.தி.* 76)

இறைவனின் திருவடிகளில் தேவர்கள் பணிந்து வணங்கு கிறார்கள். அப்பொழுது மணிகள் பதிக்கப் பெற்ற பொன்னால் ஆகிய தேவர்களின் கிரீடங்கள் இறைவனின் திருவடிகளில் உராய்ந்து அவை தழும்பேறி தாமரை போல் சிவந்து காணப் படுகின்றன என்று அம்மையார் கூறுகின்றார். இதனால் இறை வனின் திருவடிகளின் மென்மையும், தன்னை அடைந்தாரைத் தாங்கும் வலிமையும், பெருமையும் ஒருங்கே உணர்த்தப்படுவது உணர்ந்து இன்பறுதற்குரியது.

> **''பணிந்தும் படர்சடையான் பாதங்கள் போதால்**
> **அணிந்தும் அணிந்தவரை ஏத்தத் - துணிந்து என்றும்**
> **எந்தையார்க்கு ஆட்செய்யப் பெற்ற இதுகொலோ**
> **சிந்தையார்க்குள்ள செருக்கு''** (*அ.தி.* 79)

விரிந்து படர்ந்த சடையினையுடைய சிவபெருமானின் திருவடிகளைத் (*திரிகரணங்களாலும்*) வணங்கியும், மலர் மாலை கொண்டு புனைந்து போற்றியும், அவ்வாறு வழிபட்ட மெய் யடியார்களை அம்முதல்வன் எனவே தெளிந்து வழிபடுதலும், தம் நெஞ்சிற்குப் பெருமித உணர்வை உண்டாக்கியதாக அம்மை

யார் கூறுகின்றார். இறைவனுக்கு ஆட்படுவதென்பது அவனடியார்க்குத் தொண்டு படுதலே என்பதும், அத்தகைய திருத்தொண்டு சிவபக்தியுடையார் உள்ளத்திற்குப் பெருமிதத்தை உண்டாக்கும் என்பதையும் இபபாடல் புலப்படுத்துகின்றது.

''ஈசனுக்கு அன்பில்லார் அடியவர்க்கு அன்பில்லார்
எவ்வுயிர்க்கும் அன்பில்லார் தமக்கும் அன்பில்லார்''
(*சிவஞான சித்தியார் சுபக்கம்,* 323)

என்று அருணந்தி சிவாசாரியார் அருள்வாக்கும்,

''இறுமாந்திருப்பன் கொலோ ஈசன் பல்கணத்து எண்ணப்பட்டச்
சிறுமான் ஏந்தி தன் சேவடிக்கீழ்ச் சென்று அங்கு
இறுமாந்திருப்பன் கொலே'' (4:9:12)

என்ற அப்பர் சுவாமிகளின் அருள்வாக்கும் அம்மையாரின் இப்பாடல் கருத்துடன் ஒப்பிட்டு இன்புறுதற்குரியன.

''அழலாட அங்கை சிவந்ததோ அங்கை
அழகால் அழல் சிவந்தவாறோ - கழுவாடப்
பேயாடு காற் பிறங்க அனலேந்தித்
தீயாடுவாய் இதனைச் செப்பு'' (*அ.தி.* 98)

செம்மேனி அம்மானாகிய சிவபெருமானின் திருக்கரம் செந்நிறமாக விளங்குகின்றது. அவர் கையில் ஏந்தியுள்ள நெருப்பும் செந்நிறமாக விளங்குகின்றது. இதைக் காணும் அம்மையார் இறைவனை நோக்கி வினவும் இப்பாடல் இலக்கிய நயம் மிக்கது. ''பேய்கள் ஆடுகின்ற காட்டினிடமாகத் தீயின் நடுவே நின்று, ஒளி பொருந்திய நெருப்பைக் கையில் ஏந்தி வீரக் குழல் ஒலிக்க நடனமாடும் பெருமானே, உம்முடய அழகிய கையானது இடைவிடாது நெருப்பை ஏந்திய காரணத்தால் செம்மை நிறமானதா? அல்லது உம்முடைய சிவந்த அழகிய திருக்கரத்தைப் பொருந்திய காரணத்தால் அந்நெருப்புத்தான் சிவந்த நிறத்தைப் பெற்றதோ? இதனை நீ தெளிவாகக் கூறுவாயாக'' என்று அம்மையார் இறைவனை வினவும் நயம் இன்பம் பயக்கும்.

செய்யுளுக்கு அழகைத் தருவது அணி. அம்மையாரின் பாடல்கள் பலவற்றில் உவமை அணி விளங்குகின்றது.

'உவமையணி' அமைந்துள்ள பாடல்கள்

"ஞான்ற குழற்சடைகள் பொன்வரைபோல் மின்னுவன
போன்ற கறைமிடற்றான் பொன்பரப்பின் - ஞான்றெங்கும்
மிக்கு அயலே தோன்ற விளங்கி மிளிருமே
அக்கயலே தோன்றும் அரவு"   (அ.தி. 26)

உமையம்மையாரது தொங்கும் குழற்சடைகள் பொன்மலை போல் மின்னும் சிவபெருமான் அழகிய மார்பினிடத்து அணிந்து உள்ள எலும்பு மாலைகளின் பக்கத்தில் பாம்புபோல் தோன்று வதாகக் காரைக்கால் அம்மையார் கூறுகின்றார். பொருளையும், உவமையையும் பின்வருமாறு பொருத்திக் காணலாம்.

பொருள்	உவமை
சிவபெருமானின் மார்பு	பொன்மலை
உமையம்மையின் கருங்கூந்தல்	நீண்ட கரும்பாம்பு

"பெருகொளிய செஞ்சடைமேல் பின்னைப்பிறையின்
ஒரு கதிரே போந்து ஒழுகிற்று ஒக்கும் - தெரியின்
முதற்கண்ணான் முப்புரங்கள் அன்றெரித்தான் மூவா
நுதற் கண்ணான் தன் மார்பன் நூல்"   (அ.தி. 32)

எல்லா உலகத்திற்கும் நிமித்த காரணனாய் முற்பட்டு விளங்கும் முதல்வனும், முன்னொரு நாள்களில் முப்புரங்களை எரித்தவனும், மூவா இளநலம் வாய்ந்த நெற்றிக் கண்ணனும் ஆகிய சிவபெருமானின் திருமார்பில் விளங்கும் பூணூலானது, அவரது செஞ்சடை மேல் விளங்கும் இளம்பிறையாகிய ஒற்றைக் கலையானது இளகி வந்து மார்பில் ஒழுகியது போன்று அமைந் துள்ளது என்று அம்மையார் கூறுகின்றார். இப்பாடலில் சடையிலுள்ள இளம்பிறை மார்பில் அணிந்துள்ள பூணூலுக்கு உவமையாயிற்று.

"கொம்பினைஓர் பாகத்துக் கொண்ட குழகன்தன்
அம்பவள மேனி அது முன்னம் - செம்பொன்

அணிவரையே போலும் பொடியணிந்தால் வெள்ளி
மணிவரையே போலும் மறித்து"   (அ.தி. 39)

இப்பாடலில் அம்மையார் உமையம்மையைத் தன் உடம்பின் ஒருபாகத்தே கொண்ட சிவபெருமானின் திருமேனியைப் பவள மலைக்கும், பொன்மலைக்கும், வெள்ளி மலைக்கும் உவமித்துக் கூறுகின்றார். சிவபெருமான் செந்நிற மேனி உடைய வனாதலால் அவன் திருமேனியைப் பவள மலைக்கு ஒப்பிட்டுக் கூறுகின்றார் அம்மையார். அழகிய ஆபரணங்களை மிகுதியும் அணிந்துள்ள உமாதேவியை ஒரு பாகத்தில் கொண்டவராதலால் அவரது திருமேனி பொன்மலைக்கு உவமையாயிற்று. அத்திரு மேனி முழுவதும் வெண்ணீறு பூசப்பட்டுள்ளதால் அது வெள்ளி மலைக்கு உவமையாயிற்று. இது நிறம் பற்றி வந்த உவமையணி ஆகும்.

"அராவி வளைத்தனைய அங்குழவித் திங்கள்
விராவு கதிர் விரிய ஓடி - விராவுதலால்
பொன்னோடு வெள்ளிப் புரிபுரிந்தாற் போலவே
தன்னோடே ஒப்பான் சடை"   (அ.தி. 49)

இறைவனுடைய சடை சிவந்த வானம்போல் திகழ்கின்றது. அதிலுள்ள பிறைச் சந்திரன் வெள்ளியை அராவி வளைத்தது போன்ற வடிவம் உடையது. அழகிய பிறைச் சந்திரன் தண்ணிய ஒளிக் கதிர்களைச் செஞ்சடையில் பரப்புவது செம்பொன்னுடன் வெள்ளியைக் கயிறுகளாகக் கொண்டு முறுக்கி வைத்தாற்போல உள்ளது என்று அம்மையார் கூறுவது நிறம் பற்றி வந்த உவமை ஆகும்.

பொருள்	உவமை
இறைவனின் செஞ்சடை	சிவந்த வானம்
சடையிலுள்ள பிறைச் சந்திரன்	வெள்ளியை வளைத்தது போன்ற வடிவம்
சந்திரனின் ஒளி சடையில் படிதல்	செம்பொன்னையும் வெள்ளியையும் முறுக்கிய கயிறு

இலக்கிய நயம்

> "சீரார்ந்த கொன்றை மலர் தழைப்பச் சேணுலவி
> நீரார்ந்த பேரியாறு நீத்தமாய்ப் - பேரார்த்த
> நாண்பாம்பு கொண்டதைத் தம்மீசன் பொன்முடிதான்
> காண்பார்க்குச் செவ்வேயோர் கார்"   (அ.தி. 53)

இறைவனுடைய பொன்முடியில் கொன்றைமலர் செழிப்புற்று விளங்குகிறது. கங்கையாறு பெருவெள்ளமாய் அலை வீசுகிறது. இதனைக் காண்பவர்கட்குக் கார்காலத்தின் தோற்றத்தைப் புலப் படுத்தும். பேரியாறு பெருக்கெடுத்தலும், கொன்றை மலர் பூத்துக் குலுங்குதலும் கார்காலத்திலே நிகழும். கங்கை ஆற்றையும், கொன்றை மலர்களையும் கொண்டுள்ள இறைவன் திருமுடி கார்காலத்தின் தோற்றத்தையும் ஒத்தது என்கிறார் அம்மையார் இதனைச் செயல் பற்றி வந்த உவமை எனலாம்.

> "மிக்க முழங்கெரியும் வீங்கிணய பொங்கியருளும்
> ஒக்க உடனிருந்தால் ஒவ்வாதே - செக்கர்போல்
> ஆகத்தான் செஞ்சடையும் ஆங்கவன்றன் பொன்னுருவில்
> பாகத்தான் பூங்குழலும் பண்பு"   (அ.தி. 58)

சிவபெருமானது சிவந்த சடை அந்தி வானத்தை ஒத்து விளங்குகின்றது. அவனது ஒரு பாகத்தில் வீற்றிருந்தருளும் உமையம்மையின் கூந்தல் கரிய நிறம் உடையதாய் விளங்கு கின்றது. இக்காட்சி சிவந்த தீப்பிழம்பும், அடர்ந்த கரிய இருளும் ஓரிடத்தில் ஒருங்கு கூடியுள்ளதுபோல் உள்ளது என்று கூறுவது நிறம் பற்றி வந்த உவமையாகும்.

பொருள்	உவமை
சிவனின் சிவந்த சடை	தீப்பிழம்பு
உமையம்மையின் கூந்தல்	கரிய இருள்

> "சடைமேலக் கொன்றை தருகனிகள் போந்து
> புடைமேவித் தாழ்ந்தனவே போலும் - முடிமேல்
> வலப்பாலக் கோல மதிவைத்தான் தன் பங்கில்
> குலப்பாவை நீலக் குழல்"   (அ.தி. 50)

இறைவன் தனது சடையில் வலப்பக்கத்திலே கொன்றை மலர்கள் அணிந்துள்ளான். அவரின் இடப்பாகத்தில் அமர்ந்துள்ள

அம்மையாரின் சடைகள் கறுத்து நீண்டு தொங்குகின்றன. அவை கொன்றை மலரிடத்து உண்டாகிக் கனிந்த கொன்றைக் கனிகள் தாழ்ந்து தொங்குவதை ஒத்தது என்று அம்மையார் கூறுகின்றார். பூவும், கனியும் ஒருங்கே காண உள்ளது கொன்றையின் இயல்பு. கொன்றைக் கனிகள் உமையம்மையின் கரிய கூந்தலுக்கு உவமையாயின.

"மேலாய மேகங்கள் கூடியோர் பொன்விலங்கல்
பேலாம் ஒளிபுதைத்தால் ஒவ்வாதே - மாலாய
கைம்மா மதக்களிற்றுக் காருரிவை போர்த்த போது
அம்மன் திருமேனி அன்று" (அ.தி. 60)

இறைவனுடைய திருமேனி பொன்மலையை ஒத்து உள்ளது. இறைவன் தன் திருமேனியில் மிதமிக்க யானையினது கரிய தோலைப் போர்த்துக் கொண்டது, பொன்மலையை மேகக் கூட்டம் மூடிமறைத்தாற் போன்றது என்கின்றார் அம்மையார். இப்பாடலில் உரு, பண்பு, தொழில் பற்றிய உவமைகள் காணப்படுகின்றன.

உருவம் பற்றிய உவமை

பொருள்	உவமை
இறைவன்	பொன்மலை
யானைத் தோல்	கரிய மேகம்

பண்பு பற்றிய உவமை

யானைத் தோல் இறைவனின் திருமேனியை மறைத்தற் போல மேகக் கூட்டம் பொன்மலையை மறைத்துள்ளது. பண்பு பற்றி வந்த உவமை ஆகும்.

தொழில் பற்றிய உவமை

மதக் களிற்றுக்கு மேகக் கூட்டத்தை உவமையாகக் கூறியது தொழில் பற்றி வந்த உவமம் ஆகும். களிறு மதம் பொழியும். மேகக் கூட்டம் நீரைப் பொழியும்.

> "மின்போலும் செஞ்சடையான் மாலோடு மீண்டிசைந்தால்
> என்போலும் காண்பார்கட்கு என்றிரேல் - தன்போலும்
> பொற்குன்றும் நீலமணிக் குன்றம் தாமுடனே
> நிற்கின்ற போலும் நெடிது" (*அ.தி.* 83)

சிவபெருமான் திருமாலோடு இசைந்து எழுந்தருளினால் அத்தோற்றம் பொன்மலையும், நீல மலையும் ஒருங்கிணைந்த தோற்றத்தை ஒக்கும் என்று அம்மையார் கூறுகின்றார்.

பொருள்	உவமை
சிவபெருமான்	பொன்மலை
திருமால்	நீலமலை

இது நிறம் பற்றி வந்த உவமையாகும்.

> "இருளின் உரு என்கோ மாமேகம் என்கோ
> மருளின் மணி நீலம் என்கோ - அருள் எமக்கு
> நன்றுடையாய் செஞ்சடைமேல் நக்கிலங்கு வெண்மதியும்
> ஒன்றுடையாய் கண்டத்து ஒளி" (*அ.தி.* 88)

அம்மையார், "சிவபெருமானின் நீலகண்டத்தை இருளின் வண்ணம் என்று கூறுவேனோ? கரிய மேகம் என்று கூறுவேனோ?" என்று போற்றுகின்றார். நீலகண்டத்தை இருளுக்கு ஒப்பிட்டது நிறம் பற்றி வந்த உவமை ஆகும். நீலகண்டத்தைக் கரிய மேகத்திற்கு ஒப்பிட்டது உருவும், பயனும் கருதி வந்த உவமம் ஆகும். கண்டமும் கறுப்பு, மேகமும் கறுப்பு, சிவபெருமான் நஞ்சுண்டு தேவர்களை உய்யச் செய்தார். கரிய மேகம் மழை பொழிந்து பயிரை விளையச் செய்தது.

> "விசும்பின் துளிவீழின் அல்லால் மற்றாங்கே
> பசும்புல் தலை காண்ப தரிது" (*குறள்* 16)

என்பது மழையின் பயனை உணர்த்தும். நீலகண்டத்தை நீலமணிக்கு ஒப்பிட்டது குற்றமற்றதும், அழகியதுமான பண்பு பற்றியே ஆகும்.

உயர்வு நவிற்சி அணி அமைந்துள்ள பாடல்கள்

உள்ளதை உள்ளபடி கூறாமல் மிகைபடக் கற்பனை செய்து கூறுவது உயர்வு நவிற்சி ஆகும்.

''பண்டமர் அஞ்சப் படுகடலின் நஞ்சுண்டு
கண்டம் கறுத்ததுவும் அன்றியே - உண்டு
பணியுறுவார் செஞ்சடைமேல் பான்மதியினுள்ளே
மணி மறுவாய்த் தோன்றும் வடு'' (*அ.தி.* 55)

முன்னொரு காலத்தில் தேவர்கள் கண்டு அஞ்சி ஓடும்படி கடலில் ஆலகால நஞ்சு தோன்றிற்று. தேவர்கள் உய்ய இறைவன் அதனை உண்டதால் அவரது கண்டம் கறுப்பாயிற்று. அக்கறுப்பு பாம்பணிந்த சிவபெருமானின் சிவந்த சடையில் அணிந்துள்ள சந்திரனிடத்தும் கறுப்பு வடுவாகத் தோன்றியது என்று நஞ்சின் கடுமையை மிகைப்படுத்திக் கூறியதால் இஃது உயர்வு நவிற்சி அணி.

ஏகதேச உருவகம் உள்ள பாடல்

ஒன்றை உருவகப்படுத்தி மற்றொன்றை உருவகப்படுத்தாமல் விடுவது ஏகதேச உருவகம்.

''இனியோ நாம் உய்ந்தோம் இறைவன் தாள் சேர்ந்தோம்
இனியோர் இடரில்லோம் நெஞ்சே - இனியோர்
வினைக்கடலை ஆக்குவிக்கும் மீளாப் பிறவிக்
கனைக்கடலை நீந்தினோம் காண்'' (*அ.தி.* 16)

என்ற பாடலில் தாம் இறைவனின் திருவடிகளைச் சேரப் பெற்றதால் இடைபெறாத பிறவியாகிய பெருங்கடலை நீந்திக் கடந்தோம் என்கின்றார். இங்கு பிறவியைக் கடலாக உருவகம் செய்து அதனைக் கடத்தற்கு உறுதுணையாகிய இறைவன் திருவடியைப் புணையாக உருவகம் செய்யாது விட்டதால் இப் பாடல் ஏகதேச உருவகம்.

தற்குறிப்பேற்ற அணி அமைந்துள்ள பாடல்கள்

இயற்கையாக நடக்கின்ற ஒரு நிகழ்ச்சியின் மீது கவிஞன் தன் குறிப்பை ஏற்றிக் கூறுவது தற்குறிப்பேற்ற அணி எனப்படும்.

''அடுங்கண்டாய் வெண்மதி என்று அஞ்சி இருள்போந்து
இடம் கொண்டிருக்கின்றறது ஒக்கும் - படங்கொள்

அணிமிடற்ற பேழ்வாய் அரவசைத்தான் கோல்
மணி மிடற்றில் உள்ள மறு"   (அ.தி. 35)

படமெடுத்தாடும் பிளந்த வாயினையுடைய பாம்பினை அரைக் கச்சையாகக் கட்டிய இறைவனது நஞ்சுண்ட கண்டம் இருண்டு விளங்குகின்றது. இந்த இயற்கை உருவிற்கு அம்மையார் தன் கற்பனைக் குறிப்பை ஏற்றிக் கூறுகின்றார். ஒளி வந்ததும், இருள் அஞ்சி அகலும். இறைவன் தலையில் சூடியுள்ள சந்திரன் தன் நில ஒளியால் தன்னைக் கொல்லும் என்று அஞ்சி இருளானது இறைவனது கண்டத்தைப் புகலடைந்து தங்கினதை ஒக்கும் என்று கூறுவதால் அது தற்குறிப்பேற்ற உவமை அணி.

"மறுவுடைய கண்டத்தீர் வார்சடைமேல் நாகம்
தெறுமென்று தேய்ந்துழலும் ஆஆ - உருவான்
தளரமீது ஓடுமேல் தான் அதனை அஞ்சி
வளருமோ பிள்ளை மதி உணர்த்துகின்றார்."   (36)

நஞ்சுண்டு கறுத்த கண்டத்தையுடைய சிவபெருமானின் நீண்ட சடையின் மேல் உள்ள இளம்பிறை தன்னருகே உள்ள பாம்பு தன்னைத் தீண்டி வருத்தம் என்று எண்ணி உடல் தேய்ந்து வருந்துகின்றது. அம்மதி மேலும் தளர்ந்து வருந்தும்படி பாம்பு அம்மதிமேல் ஊர்ந்து ஓடுமானால் இளம் பிறையாகிய அது பாம்பினைக் கண்டு பயந்து மீள வளர்தல் கூடுமோ என்கின்றார் அம்மையார்.

இறைவனது சடைமேலுள்ள இளம் பிறை மேலும் வளராமல் இருப்பதற்கு, பாம்பு தன் மேல் ஊருமோ என்ற அச்சமே காரணம் என்று அம்மையார் புனைந்துரையாகக் காரணம் கூறுவதால் இது தற்குறிப்பேற்ற அணி. இதே கருத்தை அம்மையார் மற்றொரு பாடலிலும் விளக்குகின்றார்.

"நேர்ந்து அரவம் கொள்ளச் சிறுகிற்றோ நீ அதனை
ஈர்ந்து அளவே கொண்டு இசைய வைத்தாயோ பேர்ந்து
வளங்குழவித் தாம் வளர மாட்டாதோ என்றோ
இளங்குழவித் திங்கள் இது"   (அ.தி. 42)

இறைவனின் சடையிலுள்ள பிறை வளர்ச்சி இன்றி குன்றி வந்துள்ளது. அதனைப் பாம்பு தீண்டியதால் அது மெலிந்துள்ளதா? அல்லது இறைவனே தன் முடிக்கும் பொருந்த அதனைப் பிளந்து அணிந்துகொண்டானோ, அன்றி இப்பிறைதான் வளம் உடைய பிள்ளையாக மீண்டும் வளர்தற்குரிய ஆற்றலை இழந்து விட்டதா என்ற காரணம் கற்பித்துக் கூறுவதால் இது தற்குறிப்பேற்ற அணி.

"நிலா இலங்கு வெண்மதியை தேடிக் கொள்வான்போல்
உலாவி உழுதருமோ கொல்லோ - நிலாவிருந்த
செக்கர் அவ்வனமே ஒக்கும் திருமுடிக்கே
புக்கரவம் காலையே போன்று"   (அ.தி. 64)

சிவபெருமானின் பிறை திகழும் செஞ்சடையில் பாம்பு ஊர்ந்து செல்கிறது. இதற்கு அம்மையார், அது சடையிலுள்ள சந்திரனைப் பற்றச் செல்கிறதோ என்று காரணம் கற்பித்துக் கூறுவது (அ.தி. 64) தற்குறிப்பேற்ற அணியாம். பாம்பு ஊர்ந்து செல்வதற்கு விரைவில் ஊடுருவிச் செல்லும் காற்றை உவமையாகக் கூறுவதால் அஃது உவமை உள்ளமைந்த தற்குறிப்பேற்ற அணி.

"மிடற்றில் விடமுடையீர் உம்மிடற்றை நக்கி
மிடற்றில் விடங்கொண்ட வாறோ - மிடற்றகத்து
மைத்தாம் இருள்போலும் வண்ணம் கரிதாலோ
பைத்தாடம் நும்மார்பிற் பாம்பு"   (அ.தி. 66)

இறைவன் ஆலகால நஞ்சுண்டமையால் அவன் கழுத்து கரிய இருள் போல் உள்ளது. சிவபெருமான் மார்பில் அமைந்துள்ள பாம்பும் நஞ்சுடையதாகவும், கருநிறமாகவும் விளங்கு கிறது. இயற்கையாக இவ்விரண்டிற்குமுள்ள தன்மைகளுக்கு அம்மையார் தம் கற்பனையால் ஒரு காரணம் கற்பித்துக் கூறு கின்றார். மார்பிலுள்ள பாம்பானது அவரது நஞ்சுண்ட கண்டத்தை நக்கியதால் தானும் நஞ்சை உடையதாயிற்றோ! விடம் தீண்ட, மேனி கருகும். அதனால் அப்பாம்பு கரிய நிறம் பெற்றதா அல்லது சிவபெருமானது இருண்ட கண்டத்தைத் தழுவியதால் சார்ந்ததன் தன்மையால் கருநிறம் பெற்றதோ என்று தற்குறிப்பேற்றம் அமையக் கூறுகின்றார்.

பூட்டுவிற் பொருள்கோள் உள்ள பாடல்

வில்லின் ஒரு முனையை மறுமுனையோடு நாணால் பூட்டுவதுபோல பாட்டின் இறுதியிலுள்ள தொடர் முதலடியின் முதல் தொடரோடு இயைந்து பொருள் கொள்ள நிற்றல் பூட்டுவிற் பொருள்கோள் எனப்படும்.

"இன்று நமக்கு எளிதே மாலுக்கும் நான்முகற்கும்
அகன்றும் அளப்பரியன் ஆனானை - என்றும் ஓர்
மூவா மதியானை மூவேழ் உலகங்கள்
ஆவானைக் காணும் அழிவு"   (அ.தி. 19)

"இறைவன் திருமாலுக்கும், பிரமனுக்கும் அன்று அளப்பதற்கு அரியவனானான். அவன் என்றைக்கும் மூப்படையாத சந்திரனைச் சடையில் ஆபரணமாக அணிந்துள்ளான். இருபத்தொரு உலகங்களாய் உள்ளான். அத்தகைய சிவபெருமானை உள்முகமாகக் கண்டு அனுபவிக்கும் அறிவு இன்று நமக்கு எளிதாயிற்று" என்கிறார் அம்மையார்.

இப்பாடலின் இறுதியில் வரும் 'மூவேழ் உலகங்கள் ஆவானைக் காணும் அறிவு' என்ற சொற்றொடர் பாடலின் தொடக்கத்தில் வரும் 'இன்று நமக்கு எளிதே' என்பதுடன் இணைந்து இறைவனைக் காணும் அறிவு இன்று நமக்கு எளிதாயிற்று என்று பொருள் கொள்ள நிற்பதால் இது பூட்டுவிற் பொருள்கோள்.

"எளியது இதுவன்றே ஏழைகாள் யாதும்
அளியீர் அறிவிலீர் ஆஆ - ஒளிகொள்மிடற்று
எந்தை அராப் பூண்டுழலும் எம்மானை உள்நினைந்த
சிந்தையராய் வாழும் நிறம்"   (அ.தி. 46)

"அருட்செல்வம் பெறாத வறியவர்களே! சிறிதும் பிறருக்குக் கொடுக்காதவர்களே! அறிவில்லாதவர்களே! அந்தோ! ஒளி பொருந்திய கழுத்தில் பாம்பை ஆபரணமாகப் பூண்டு அன்பர்களைத் தேடித் திரியும் எம்பெருமானை அந்தரங்கத்தில் நினைக்கும் உள்ளம் உடையவர்களாக வாழும் திறமை நமக்கு எளிது அல்லவா" என்று இறைவன் அன்பர்கட்கு எளியனாக விளங்குவதை அம்மையார் எடுத்துரைக்கின்றார்.

இப்பாடலின் இறுதியில் வரும் 'உள்நினைந்த சிந்தையராய் வாழும் திறம்' என்ற சொற்றொடர் பாடலின் முதலில் வரும் 'எளிது அன்றே' என்பதுடன் இணைந்து பொருள் தருவதால் இது பூட்டுவிற் பொருள்கோள்.

சிலேடை நயம் அமைந்த பாடல்கள்

ஒரு சொற்றொடர் பல பொருள் உடையதாக வருவது சிலேடை.

''பாம்பும் மதியும் மடமானும் பாய்புலியும்
தாம் பயின்று தாழருவி தூங்குதலால் - ஆம்பொன்
உருவடிவில் ஓங்கொளிசேர் கண்ணுதலான் கோலத்
திருவடியின் மேய சிலம்பு'' (*அ.தி.* 67)

என்ற பாடலில் இறுதியில் வரும் 'சிலம்பு' என்ற சொல் சிவபெருமான் திருவடியில் அமைந்துள்ள சிலம்பு என்று ஒரு பொருளையும், 'அடிபரந்து உயர்ந்த மலை' என்று மற்றொரு பொருளையும் தரும். மலையில் பாம்பும், மதியும், மானும், புலியும் உண்டு; அருவி நீரும் ஒலிக்கும். அது போலச் சிவ பெருமானிடத்தும் பாம்பும், மதியும் உள்ளன. அவர் புலித் தோலாடை அணிந்து இளம் மானைக் கையில் ஏந்தியுள்ளார். அவருடைய திருவடியில் அமைந்துள்ள சிலம்பு மலையிலுள்ள அருவி நீர்போல் ஒலிக்கின்றது என்று அம்மையார் சிலேடை நயம் தோன்றக் கூறுகின்றார்.

''கலங்குபுனற் கங்கை ஊடாட லாலும்
இலங்குமதி இயங்கலாலும் நலங்கொள்
பரிசுடையான் நீண்முடிமேல் பாம்பு இயங்கலாலும்
விரிசடையான் காணில் விசும்பு'' (*அ.தி.* 75)

இப்பாடலில் இறைவனின் சடைக்கும், ஆகாயத்திற்கும் ஒப்புமை தோன்ற சிலேடை நயம் விளங்குகின்றது. விசும்பிலும் நீரும், சந்திரனும், ராகு, கேது என்ற பாம்புகளும் (*கோள்கள்*) உள்ளன. இறைவனது சடையிலும் கங்கையும் திங்களும், பாம்பும் உள்ளன. எனவே இறைவனது சடை விசும்பு என்கின்றார் அம்மையார்.

சொற்பொருட்பின் வருநிலையணி

வந்த சொல்லே அதே பொருளில் திரும்பப் பலகால் வருவது சொற்பொருட்பின் வரு நிலையணி எனப்படும்.

"தானே தனிநெஞ்சம் தன்னை உயக்கொள்வான்
தானே பெருஞ்சேமம் செய்யுமால் - தானேயோர்
பூணாகத்தாற் பொலிந்து பொங்கழல்சேர் நஞ்சுமிழும்
தீணாகத் தானை நினைத்து"   (அ.தி. 14)

தனக்குப் பெருங்காவலைத் தானே நினைந்து செய்து கொண்டதனால் தன் நெஞ்சைத் தனி நெஞ்சம் என்று அம்மையார் கூறுகின்றார். தன்னை உய்யக் கொள்ளும் பொருட்டு பாம்பணிந்த சிவபெருமானை நினைந்து தனக்குரிய பெரிய பாதுகாவலை நெஞ்சம் செய்து கொண்டது என்கின்றார். இப் பாடலில் 'தானே' என்ற சொல் முதலடியின் முதற்சொல்லிலும், இரண்டாம் அடியின் முதற் சொல்லிலும், இரண்டாம் அடியின் இறுதியில் வரும் தனிச் சொல்லிலும் (*திரும்பத் திரும்ப*) வந்து நெஞ்சம் என்பதைக் குறித்து நின்றதால் அது சொற்பொருட்பின் வருநிலையணி ஆகும்.

"அவனே இருசுடர்தீ ஆகாசமாவான்
அவனே புவிபுனல் காற்றாவான் - அவனே
இயமானனாய் அட்டமூர்த்தியுமாய் ஞான
மயனாகி நின்றானும் வந்து"   (அ.தி. 21)

இறைவனே ஞாயிறு, திங்கள் என்னும் இரு சுடர்களாகவும், தீயாகவும், ஆகாயமாகவும் விளங்குவான். அவனே நிலம், நீர், காற்றும் வான். அவனே ஆன்மாவாகி இவ்வாறு எண்வகைப் பொருட்களில் வியாபித்து, கலப்பினால் ஒன்றாகி அட்ட மூர்த்தியாய் விளங்குகின்றான். மேற்கூறிய எட்டுப் பொருட்களின் கலப்பினால் ஒன்றாய் விளங்கும் இறைவன் தனித்து ஞான மயமாய் விளங்குகின்றான் என்கின்றார் அம்மையார். இப்பாடலில் 'அவனே' என்ற சொல் முதலடியின் முதலிலும், இரண்டாம் அடியின் முதலிலும், இரண்டாம் அடியின் ஈற்றுச் சீரிலும் வந்து, இறைவன் என்ற ஒரே பொருளைக் குறித்து நிற்றலால் அது சொற்பொருட்பின் வருநிலையணி.

"இதுவன்றே ஈசன் திருவுருவம் ஆமா
இதுவன்றே என்றனக்கோர் சேமம் - இதுவன்றே
மின்னும் சுடருருவாய் மீண்டாய் என் சிந்தனைக்கே
இன்னும் சுழல்கின்றது இங்கு" (*அ.தி.* 24)

இறைவனுடைய திருவுருவம் அருட்டிருவுருவம், அவனுடைய அருளுருவமும் எனக்கு ஒப்பற்ற சேம நிதியாக விளங்குகின்றது. அவருடைய திருவுருவம் மின்னுகின்ற சுடரொளிப் பிழம்பாய் கட்புலனாகப் புறத்தே விளங்கித் தோன்ற மீளவும் எனது சிந்தையின்கண் வந்து வீற்றிருந்தருளுகின்றது. 'இதுவன்றே' என்ற சொல் இப்பாடலில் மூன்று இடங்களில் இறைவனின் திருவுருவத்தைக் குறித்து நிற்பதால் இது சொற்பொருட்பின் வருநிலையணி.

"இவரை பொருளுணர மாட்டாதார் எல்லாம்
இவரை இகழ்வரே கண்மர் - இவர் தமது
பூக்கோல மேனிப்பொடி பூசி என்பணிந்த
பேய்க்கோலம் கண்டார் பிறர்" (*அ.தி.* 29)

அடியவர்க்கு எளிவந்தருளும் பெருமானாகிய இவரை முழுமுதற் பொருள் என்று உணரவல்ல ஞானம் இல்லாதார் எல்லாம் இவரை இகழ்ந்துரைத்தல் முறையாகுமா? இவர் செந்தாமரை மலர் போன்று செந்நிறமுடையதாய்த் திகழும் தமது திருமேனியில் வெள்ளிய திருநீற்றினைப் பூசி எலும்புமாலை அணிந்தமையால் அஞ்சத் தகுந்த புறக் கோலத்தினையே பிறர் கண்டனர் என்கின்றார் அம்மையார்.

இப்பாடலில் 'இவர்' என்னும் சொல் மும்முறை வந்து இறைவனின் திருவுருவத்தைக் குறித்து நிற்பதால், இது சொற்பொருட்பின் வருநிலையணி. இவ்வாறு சொற்பொருட்பின் வருநிலையணியுள்ள பாடல்கள் அம்மையார் நூல்களில் மிகுதியாகக் காணப்படுகின்றன.

சொற்பின் வருநிலையணி

ஒரு சொல் வெவ்வேறு பொருளில் திரும்பவருவது சொற்பின் வருநிலையணி.

''அதுவே பிரான் ஆம் ஆறு ஆட்கொள்ளும் ஆறும்
அதுவே இனிது அறிந்தோமானால் - அதுவே
பனிக்கு அணங்கு கண்ணியார் ஒண்ணுதலின் மேலோர்
தனிக்கண் அங்கு வைத்தார் தகவு'' (*அ.தி.* 12)

சிவபெருமானே நம் தலைவர் என்பதை உணர்ந்து அவர்க்கு ஆட்படுதல் வேண்டும். அவ்வாறு ஆட்படும் உபாயமே அவன் நம்மை ஆண்டருளுதற்குரிய தகுதியை நமக்கு நல்குவதாகும். அவ்வுபாயத்திற்கு மூல காரணமாவது எதுவென ஆராய்ந்து உணர்வோம். ஆனால், குளிர்ச்சியற்று அசையும் நிலையில் கொன்றை மலராலாகிய முடிமாலையை அணிந்தவரும், ஒப்பற்றதொரு கண்ணை வைத்தருளியவரும் ஆகிய இறைவர்க்கேயுரிய திருவருளாகிய பெருந்தகைமை ஆகும்.

'பிரான் ஆம் ஆறு அதுவே' என்றதில் 'அதுவே' என்றது ஒப்பற்ற சிவபெருமானுக்கே ஆளாதலாகிய ஒன்றையே நினைந் திருத்தலும், துணிதலும், உள்ளத்தில் செறித்தலும் ஆகிய உபாயத்தைக் குறிக்கும். அவனைச் சிந்திக்கவும் அவனருள் வேண்டும். ஆதலால் இரண்டாம் அடியில் வரும் 'அதுவே' என்றது அவ்வுபாயம் கைவரப் பெறுதற்குரிய மூல காரணமாகிய திருவருளை உணர்த்தி நின்றது. ஈற்றடியிலுள்ள 'தகவு' என்ற சொல் இரண்டாம் அடியில் தனிச் சொல்லாக விளங்கும். 'அதுவே' என்பதுடன் இணைந்து உயிர்கள் மாட்டிக் கொண்ட இரக்கத்தால் எல்லா உயிர்களையும் உய்வித்து அருள வல்ல இறைவனின் பெருந்தன்மையைக் குறிக்கும். இப்பாடலில் மூன்று இடங்களில் வரும் 'அதுவே' என்ற சொல்முறையே இறைவனுக்கு ஆட்படுதலாகிய உபாயத்தையும், அதற்கு மூலகாரணமான திருவருளையும், அனைத்துயிர்களையும் உய்விக்கும் இறைவனின் பெருங்கருணையையும் என்று வெவ்வேறு பொருள் குறித்து நிற்பதால் இது சொற்பின் வருநிலையணி.

''பிரான் அவனை நோக்கும் பெருநெறியே பேணிப்
பிரான் அவன்தன் பேரருளே வேண்டிப் - பிரானவனை
எங்குற்றான் என்பீர்கள் என்போல்வார் சிந்தையினும்
இங்குற்றான் காண்பார்க்கு எளிது'' (*அ.தி.* 45)

இப்பாடலில் 'பிரான்' என்ற சொல் மூவிடங்களில் பயிலப்பட்டு வந்துள்ளது. முதலடியிலுள்ள 'பிரான்' என்ற சொல், எல்லா நெறிகளும் தன்பால் வந்து சாரும் பெருநெறியின் தலைவன் என்பதை உணர்த்திற்று. 'பெருநெறிய பிரமாபுரம்' என்ற ஆளுடையார் பிள்ளையார் வாக்கும் (1:1:11), வேதத்தை நெறியாகவும், சைவத்தைத் துறையாகவும் கூறும் சேக்கிழார் வாக்கும் (*திருஞா.பு.செ.* 1) இங்கு நினைவுகூரத் தக்கன. இரண்டாவது அடியில் முதற் சொல்லாக வரும் 'பிரான்' என்றது அவனது பேரருளுடைமையை உணர்த்தி நின்றது. இரண்டும் அடியில் தனிச் சொல்லாக வரும் 'பிரான்' என்றது பிரானவன் 'என் போல்வார் சிந்தையினும் உள்ளான்' என்று முடிவதால் சிவபெருமான் உயிர் தோறும் பிரிவற நிறைந்து நிற்றலைச் சுட்டிற்று. இவ்வாறு 'பிரான்' என்ற சொல் மூன்று இடங்களில் வெவ்வேறு பொருட் குறிப்பினைத் தந்து நின்றது. அவை முறையே முழுமுதல் தன்மை, பேரருளுடைமை, எங்கும் நிற்றல் என்ற மூன்று இயல்புகளைக் குறித்தன. இவ்வாறு ஒரு செய்யுளில் வந்த சொல்லே மீண்டும் வந்து வெவ்வேறு பொருள் தந்து நிற்பது சொற்பின் வருநிலையணி எனப்படும்.

முரண் அணி உள்ள பாடல்

> ''பூக்கோல மேனிப் பொடிபூசி என்பணிந்த
> பேய்க்கோலம் கண்ட பிறர்'' (*அ.தி.* 29)

இப்பாடல்களில் பிற சமயத்தார், பொடிபூசி என்பணிந்த சிவபெருமானின் திருக்கோலத்தைக் கண்டார்க்கு அச்சம் உண்டாக்கும் பேய்க் கோலமாகக் காண்கின்றனர். அம்மையாரோ அத்திருக் கோலத்தின் உள்ளுள்ள தாமரை மலர் போலும் சிவந்த அழகிய திருக்கோலத்தைக் காண்கின்றாராம். அருளுள்ளம் படைத்த அம்மையாருக்கு இறைவனின் திருமேனி **பூக்கோலமாகவும்,** அருளல்லாத பிறருக்கு இறைவனின் திருமேனி **பேய்க் கோலமாகவும்** காணப்படுவதாக முரணமைய அம்மையார் கூறும் நயம் அறிந்து இன்புறுதற்குரியது.

> ''பிறரறியல் ஆகாப் பெருமையரும் தானே
> பிறரறியும் பேருணர்வும் தாமே'' (*அ.தி.* 30)

என்ற பாடல் தொடர்களில் முதலிலுள்ள 'பிறர்' என்றது அருட்கண் இல்லாதவர்களையும், இரண்டாவதாக உள்ள 'பிறர்' அருட்கண் உடையவர்களையும் குறிக்கும். அருட்கண் இல்லாதவர்களில் அறியப்படாத பெருமை உடையவர் இறைவர். அருட்கண் உடையவர்களின் பேருணர்வில் கண்டு அனுபவிக்கப்படுபவரும் அவ்விறைவரே என்று முரணமைய இப்பாடல் அழகு பெறுகின்றது.

இல்பொருள் உவமை விளங்கும் பாடல்

உலகில் இல்லாத பொருளை உவமையாகக் கூறுதல் இல்பொருள் உவமை அணி ஆகும்.

"அங்கண் முழுமதியும் செக்கர் அகல் வானத்து
எங்கும் இனிது எழுந்தால் ஒவ்வாதே - செங்கண்
திருமாலைப் பங்குடையான் செஞ்சடைமேல் வைத்த
சிரமாலை தோன்றுவதோர் சீர்"   (அ.தி. 52)

சிவபெருமான் தன் சிவந்த சடையில் வெள்ளிய தலைகளை வரிசையாகக் கோர்த்த மாலையினை அமைந்துள்ளான். இந்த அழகிய தோற்றமானது விரிந்து பரவிய செவ்வானத்திலுள்ள முழுமதியானது பல உருவங்கள் கொண்டு எல்லாப் பக்கங்களிலும் ஒளி வீசினால் எப்படியிருக்குமோ அத்தகைய அழகிய தோற்றத்தை ஒத்ததாகுமல்லவா என்கின்றார் அம்மையார். ஒன்றாகிய சந்திரன் பல வடிவு கொண்டு ஒரே இடத்தில் தோன்றுதல் இல்லையாதலால் அஃது இல்பொருள் உவமை அணி ஆகும்.

மயக்க அணி விளங்கும் பாடல்

ஒன்றை மற்றொன்றாகக் கருதி மயங்குதல் மயக்க அணி எனப்படும்.

"திருமார்பில் ஏனச் செழுமருப்பைப் பார்க்கும்
பெருமான் பிறைக்கொழுந்தை நோக்கும் - ஒரு நாள்
இது மதியென்று ஒன்றாக, இன்றளவுந் தேராது
அது மதிஒன்றில்லா அரா"   (அ.தி. 49)

சிவபெருமானின் திருமார்பில் பாம்பு உள்ளது. அது பகுத்துணர்வு சிறிதும் இல்லாதது. அஃது இறைவன் திரு மார்பில் அணியப் பெற்றுள்ள செழுமை மிக்க பன்றிக் கொம்பினைப் பிறைச் சந்திரன் எனக் கருதிப் பார்க்கிறது. அதே நிலையில் பெருமான் சடைமீது விளங்கும் பிறைச் சந்திரனையும் உற்று நோக்குகிறது. இவ்விரண்டினுள் நிச்சயமாக 'இதுதான் பிறைச் சந்திரன்' என்று பகுத்தறிவில்லாத பாம்பு தெளிந்து கொள்ள முடியாமல் திகைக்கிறது என்று அம்மையார் கூறும் இப்பாடல் மயக்க அணிபாற்படும்.

வஞ்சப் புகழ்ச்சி அணி விளங்கும் பாடல்

பழிப்பது போலப் புகழ்தல் வஞ்சப் புகழ்ச்சி அணியாகும்.

''தமக்கென்றும் இன்பணி செய்திருப்போருக்குத் தாமொருநாள்
எமக்கு ஒன்று சொன்னால் அருளுங்கொலாம் இணையாதுமின்றிச்
சுமக்கின்ற பிள்ளை வெள்ளேறு ஒப்பது ஒன்று
தொண்டைக்கனிவாய்
உமைக்கென்று தேடிப் பெறாது உடனே கொண்ட உத்தமரே''
(*திரு.இர.* 19)

சிவபெருமான் தமக்கென்று விடையாகிய ஓர் ஊர்தியை வைத்துக் கொண்டார். அவ்வாறே தமது துணைவியாகிய உமா தேவியாருக்கும் ஓர் ஊர்தியைத் தேடித் தரலாம் அல்லவா? அதற்கு அவருக்கு மனமில்லை. தமது ஊர்தியிலேயே அம்மை யையும் ஏற்றிக் கொண்டார். இப்படிப்பட்ட ஈகைக் குணம் இல்லாத இவர், அவருக்கே என்றும் ஆட்பட்ட நாள் ஒன்று வேண்டினால், எனக்கு எங்கே அருள் செய்யப் போகிறார் என்றார்.

இஃது இறைவனைப் பழிப்பதுபோல புகழ்தலாதலால் வஞ்சப் புகழ்ச்சி அணியாகும்.

7. அறிவுரைகள்

அம்மையார் பாடல்களில் சைவ சித்தாந்தக் கருத்துக்கள் நிரம்பக் காணப்படுவதோடு, அப்பாடல்கள் படிப்போருக்கு இலக்கிய இன்பம் பயப்பதையும் முன்னர்க் கண்டோம். மேலும் அம்மையார் பாடல்களில் உலகோர்க்குப் பயன்படும் பல அறிவுரைகள் அடங்கியுள்ளன. அவை பாடற் பொருளில் உள்ளமைந்தும், தம் நெஞ்சிற்கு அறிவுறுத்துவதுபோல் உலகோர்க்கு அறிவுறுத்தும் விதத்தில் வெளிப்படையாகவும் அமைந்துள்ளன. அவற்றுள் ஒரு சில கருத்துக்கள் இங்கு சுட்டிக் காட்டப்படுகின்றன.

எம்பெருமான் என்னுடைய பிறவித் துன்பத்தை நீக்கினாலும் சரி, நீக்கா விட்டாலும் சரி, என் மேல் இரக்கம் வைத்தாலும் சரி, வைக்கா விட்டாலும் சரி, நான் சொல்ல வேண்டிய நெறியைப் பணிந்தாலும் பணிக்கா விட்டாலும், என் நெஞ்சு அவர்பால் செலுத்தும் அன்பிலிருந்து என்றும் நீங்காது என்று அம்மையார் கூறுகின்றார் (*அ.தி.* 2). இப்பாடலால் அம்மை யார் இறைவனிடம் பயன் கருதாது அன்பு வழிபாடு செய்தல் வேண்டும் என்பதை உணர்த்துகின்றார்.

இதே கருத்தை அம்மையார் மற்றொரு பாடலிலும், ''என் அன்புடைய உள்ளம் அவர்கள் ஆட்பட்டே என்றும் மகிழ்வுடன் இருக்கும்'' என்கின்றார் (*அ.தி.* 23).

'என் நெஞ்சே நன்னெஞ்சம். யானே பிறப்பறுப்பான் எண்ணினேன்' (*அ.தி.* 7) என்று அம்மையார் கூறுவது இறை வனை நினைக்கும் நெஞ்சமே நல்ல நெஞ்சம் என்பதை உணர்த்தும். இறைவனை நினைக்கும் நெஞ்சில் வஞ்சக எண்ணம் எழாது. மேலும், இறைவனுக்கு ஆளாதலே, துன்பம் தரும் இப்பிறப்பை அறுப்பதற்குரிய வழி என்பதையும் உணர்த்தும்.

''எனக்கு இனிய எம்மானை ஈசனை யான் என்றும்
மனக்கினிய வைப்பாக வைத்தேன் - எனக்கவனைக்
கொண்டேன் பிரானாகக் கொள்வதுமே இன்புற்றேன்
உண்டே எனக்கு அரியது ஒன்று'' (*அ.தி.* 16)

என்கின்றார் அம்மையார். வங்கியில் சேமிப்பு நிதி வைத்திருப்ப வர்கட்குப் பணத் தட்டுப்பாடு வரும்போது கவலையில்லை. இன்ப வாழ்வு வாழலாம். அதுபோல இறைவனை மனத்துக் கினிய வைப்புநிதியாக வைத்திருப்பவர்கட்கு, இவ்வுலகச் சிக்கல்களால் கவலையில்லை. இன்ப வாழ்வு வாழலாம். எனவே, இன்ப வாழ்வு வாழ இறைவனை என்றும் இதயத்தில் வைப்பு நிதியாக வைத்தல் வேண்டும்.

'இறைவனே உயிர்கட்கு ஒப்பற்ற சேமம்' என்பதை மற்றொரு பாடலிலும் (*அ.தி.* 24) அம்மையார் உணர்த்துகின்றார்.

''இனியோ நாம் உய்ந்தோம் இறைவன் தாள்சேர்ந்தோம்
இனியோர் இடரில்லோம் நெஞ்சே - இனியோர்
வினைக்கடலை ஆக்குவிக்கும் மீளாப் பிறவிக்
கனைக்கடலை நீந்தினோம் காண்'' (*அ.தி.* 16)

இப்பாடலின் மூலம் அம்மையார் துன்பம் தரும் பிறவிக் கடலை நீந்த இறைவனுடைய திருவடிகளைத் தொழுதல் வேண்டும். இதுவே உயிர்கள் உய்வதற்குரிய வழி என்பதைத் தம் நெஞ்சிற்கு அறிவுறுத்துவதுபோல் உலகோர்க்கு அறிவுறுத்து கின்றார்.

தம்முடைய வலிமை காரணமாகத் திருவருளை மதியாது வாழ முற்பட்ட அவுணர்களுடைய முப்புரங்களையும் அழித்து, பிறைச் சந்திரனைச் சடையில் சூடியுள்ள இறைவனை அறிவினாலும், எலும்போடு கூடிய இவ்வுடம்பாகிய கருவி கரணங்களாலும் மறவாது ஏத்துவார்கள். மீண்டும் எலும்போடு கூடிய இவ்வுடலைப் பெற்று இவ்வுலகில் பிறவார் என்று அம்மையார் கூறுவது (*அ.தி.* 37) உலகோர்க்கு இறை வழிபாட்டின் இன்றியமையாமையை உணர்த்தும். இறைவனை மறவாது ஏத்துவோர் பிறவா நெறியாகிய வீடு பேற்றினைப் பெற்று இன்புறுவர்.

அறிவுரைகள்

அடியார் வழிபாடு செய்ய வேண்டும் என்பதையும், அடியார் அல்லாதார் கூட்டத்தை விலக்க வேண்டும் என்றும் தம் நெஞ்சுக்கு அறிவுறுத்துவதுபோல அம்மையார் உலகிற்கு அறிவுறுத்துகின்றார் (*அ.தி.* 40).

உயிர்கள் தான் என்ற தன்முனைப்போடு செயலாற்றும் போது இறையருள் கிட்டாத உயிர்கள் தன் முனைப்பற்று இறைவனை இடையறாது சிந்திக்கவே அவனுடைய திரு வருளால் அவனை உணர்ந்து பேரின்பம் துய்க்கும் என்று அம்மை யார் தம் நெஞ்சிற்கு கூறுவதுபோல உலகோர்க்கு இறைவனை இடையறாது சிந்திக்க வேண்டும் என்பதை அறிவுறுத்துகின்றார் (*அ.தி.* 47).

''இறைவனுடைய திருவடித் தாமரைகளை எப்போதும் நீ போற்றி வணங்குவாயாக'' என்று அம்மையார் தம் உள்ளத்திற்கு அறிவுறுத்துவதுபோல உலகோர்க்கு அறிவுறுத்துகின்றார். (*அ.தி.* 73).

உலக வாழ்வில் துன்பம் உண்டாகும் பொழுது உள்ளம் தளராது இறைவனைப் போற்றுதல் வேண்டும் என்று அம்மை யார் நெஞ்சிற்கு அறிவுறுத்துவதுபோல் உலகோர்க்கு அறிவுறுத்து கின்றார் (*திரு.இர.* 1).

இறைவன் ஆணையின்றி இவ்வுலகத்தில் எதுவும் நிகழாது என்பதை உணர்ந்து மறவாது போற்றும் அடியார்களை இறைவன் மீண்டும் பிறவாது காத்தருள்வான் என்கிறார் அம்மையார் (*திரு.இர.* 2).

சிவபெருமானையே தலைவர் என்று கொண்டு பல நாளும் தொழுவார்களது துயரைத் தீர்க்காமல் இரார் (*திரு.இர.* 3) என்று அம்மையார் அறிவுறுத்துகின்றார்.

உயிர்கள் உய்வு பெறுவதற்குரிய வழி திருவைந்தெழுத்து ஓத்தலே என்கின்றார் அம்மையார் (*திரு.இர.* 10).

சிவபெருமானின் திருவடியை இடையறாது சிந்தித்துக் கொண்டிருக்கும் அடியார்களை வணங்கும் அடியார்களது நிழலைக் கண்ட போதே தீவினைகள் நில்லாது நீங்கும் என்று அம்மையார்

அடியார் வழிபாட்டின் பயனை உலகோர்க்கு அறிவுறுத்துகின்றார் (*திரு.இர.* 11).

"மனைவி, மக்கள், சுற்றத்தார் இவர்களே நமக்கு ஒப்பற்ற துணை என்று எண்ணி அவர்களுக்காக மட்டும் வாழாமல் சர்வான் மாக்களுக்கும் தலைவனான இறைவனே ஒப்பற்ற துணை என்பதை உணர்ந்து அவருடைய திருவடிகளை நீ அன்போடு வணங்குவாயாக" என்று நெஞ்சிற்கு அறிவுறுத்துவதுபோல் உலகோர்க்கு அம்மையார் அறிவுறுத்துகின்றார் (*திரு.இர.* 13).

இதுபோல் அம்மையார் பாடல்களில் உலகோர்க்குப் பயன்படும் பல அறக் கருத்துக்கள் நிரம்பக் காணப்படுகின்றன.

8. அம்மையாரின் நூல்கள்

திருவாலங்காட்டு மூத்த திருப்பதிகங்கள்

பண்: நட்டபாடை

கொங்கை திரங்கி நரம்பு எழுந்து குண்டுகண் வெண்பல் குழிவயிற்றுப்
பங்கி சிவந்து இரு பற்கள் நீண்டு பரடு உயர் நீள் கணைக்கால் ஓர் பெண்பேய்
தங்கி அலறி உலறு காட்டில் தாழ்சடை எட்டுத்திசையும் வீசி
அங்கம் குளிர்ந்து அனல் ஆடும் எங்கள் அப்பன் இடம் திருஆலங்காடே(1)

கள்ளிக் கவட்டிடைக் காலைநீட்டிக் கடைக்கொள்ளி வாங்கி மசித்து மையை
விள்ள எழுதி வெடுவெடன்ன நக்கு வெருண்டு விலங்கு பார்த்து
துள்ளிச் சுடலைச் சுடுபிணத் தீச்சுட்டிட முற்றும் களிந்து பூழ்தி
அள்ளி அவிக்க நின்றாடும் எங்கள் அப்பன் இடம் திருஆலங்காடே (2)

வாகை விரிந்து வெண்ணெற்றொலிப்ப அயங்கி 'இருள்கூர்' நடுநாளை
ஆங்கே
கூகையோடு ஆண்டலைபாட ஆந்தை கோட தன்மேல் குதித்து ஓட வீசி
ஈகை படர்தொடர் கள்ளிநீழல் ஈமம் இடுசுடு காட்டகத்தே
ஆகம் குளிர்ந்து அனல் ஆடும்எங்கள் அப்பன் இடம் திருஆலங்காடே (3)

குண்டில் ஓமக்குழிச் சோற்றை வாங்கிக் குறுநரிதின்ன அதனை முன்னே
கண்டிலம் என்று கனன்று பேய்கள் கையடித்து ஓடிடு காடு அரங்கா
மண்டலம் நின்று அங்கு உளாளம் இட்டு வாதித்துவீசி எடுத்த பாதம்
அண்டம் உற நிமிர்ந்து ஆடும் எங்கள் அப்பன் இடம் திருஆலங்காடே
(4)

விழுது நிணத்தை விழுங்கியிட்டு வெண்தலை மாலை விரவப்பூட்டிக்
கழுதுதன் பிள்ளையைக் காளியென்று பேரிட்டுச் சீருடைத்தா வளர்த்துப்
புழுதி துடைத்து முலை கொடுத்துப் போயின தாயை வரவு காணாது
அழுது உறங்கும் புறங்காட்டில் ஆடும் அப்பன் இடம் திருஆலங்காடே
(5)

பட்டடி நெட்டுகிர்ப் பாறுகாற்பேய் பருந்தொடு கூகை பகண்டை ஆந்தை
குட்டியிட முட்டை கூகைபேய்கள் குறுநரி சென்று அணங்கு ஆடுகாட்டில்
பிட்டடித்துப் புறங்காட்டில் இட்ட பிணத்தினைப் பேரப் புரட்டி ஆங்கே
அட்டமே பாயநின்று ஆடும் எங்கள் அப்பன் இடம் திருஆலங்காடே
(6)

சுழலும் அழல்விழிக் கொள்ளிவாய்ப் பேய் சூழ்ந்து துணங்கை இட்டு
ஓடிஆடித்
தழலுள் எரியும் பிணத்தை வாங்கித் தான் தடிதின்று அணங்கு ஆடுகாட்டில்
கழல் ஒலி ஓசை சிலம்பொலிப்பக் காலுயர் வட்டணை இட்டு நட்டம்
அழல் உமிழ்ந்து ஓரி கதிக்க ஆடும் எங்கள் அப்பன் இடம்
திருஆலங்காடே (7)

நாடும் நகரமும் திரிந்து சென்று நன்னெறி நாடி நயந்தவரை
மூடி முதுபிணத்து இட்டமாடே முன்னிய பேய்க்கணம் சூழச்சூழக்
காடும் கடலும் மலையும் மண்ணும் விண்ணும் சுழல அனல் கை ஏந்தி
ஆடும் அரவப் புயங்கன் எங்கள் அப்பன் இடம் திருஆலங்காடே (8)

துத்தம் கைக்கிளை விளரி தாரம் உழை இளி ஓசை பண் கெழுமப்பாடிச்
சச்சரி கொக்கரை தக்கை யோடு தகுணிச்சம் துந்துபி தாளம் வீணை
மத்தளம் கரடிகை வன்கை மென்தோல் தமருகம் குடமுழா மொந்தை
வாசித்து
அந்தனை விரவினோடு ஆடும் எங்கள் அப்பன் இடம் திருஆலங்காடே (9)

புந்தி கலங்கி மதிமயங்கி இறந்தவரைப் புறங்காட்டில் இட்டுச்
சந்தியில் வைத்துக் கடமை செய்து தக்கவர் இட்ட தீ செந்தீ விளக்கா
முந்தி அமரர் முழவின் ஓசை திசை கதுவச் சிலம்பு ஆர்க்க ஆர்க்க
அந்தியில் மாநடம் ஆடும் எங்கள் அப்பன் இடம் திருஆலங்காடே (10)

ஒப்பினை இல்லவன் பேய்கள் கூடி ஒன்றினை ஒன்றடித்து ஒக்கலித்துப்
பப்பினை இட்டுப் பகண்டை ஆட பாடிருந்து அந்நரியாழ் அமைப்ப
அப்பனை அணிதிரு ஆலங்காட்டுள் அடிகளைச் செடிதலைக்
காரைக்கால் பேய்
செப்பிய செந்தமிழ் பத்தும் வல்லார் சிவகதி சேர்ந்து இன்பம் எய்துவாரே
(11)

திருச்சிற்றம்பலம்!

திருவாலங்காட்டு மூத்த திருப்பதிகம்

பண்: இந்தளம்

எட்டி இலவம் ஈகை சூரை காரை படர்ந்து எங்கும்
சுட்ட சுடலை சூழ்ந்த கள்ளி சோர்ந்த குடர் கௌவப்
பட்ட பிணங்கள் பரந்த காட்டிற் பறைபோல் விழிகட்பேய்
கொட்ட முழவம் கூளி பாடக் குழகன் ஆடுமே (1)

நிணந்தான் உருகி நிலந்தான் நனைப்ப நெடும்பல் குழிகண்பேய்
துணங்கை எறிந்து சூழும் நோக்கிச் சுடலை நவிழ்த்து எங்கும்
கணங்கள் கூடிப் பிணங்கள் மாந்திக் களித்த மனத்தவாய்
அணங்கு காட்டில் அனல் கை ஏந்தி அழகன் ஆடுமே (2)

புட்கள் பொதுத்த புலால் வெண் தலையைப் புறமே நரி கவ்வ
அட்கு என்று அழைப்ப ஆந்தை வீச அருகே சிறு கூகை
உட்க விழிக்க ஊமன் வெருட்ட ஓரி கதித்தெங்கும்
பிட்க நட்டம் பேணும் இறைவன் பெயரும் பெருங்காடே (3)

செத்த பிணத்தைத் தெளியாது ஒரு பேய் சென்று விரல் சுட்டிக்
கத்தி உறுமிக் கனல் விட்டு எறிந்து கடக்கப் பாய்ந்து போய்ப்
பத்தல் வயிற்றைப் பதைக்க மோதிப் பலபேய் இரிந்து ஓடப்
பித்த வேடம் கொண்டு நட்டம் பெருமான் ஆடுமே (4)

முள்ளி தீந்து முளரி கருகி மூளை சொரிந்து உக்குக்
கள்ளி வற்றி வெள்ளில் பிறங்கு கடுவெங் காட்டுள்ளே
புள்ளி உழைமான் தோலொன்று உடுத்துப் புலித்தோல் பியற்கிட்டுப்
பள்ளி இடமும் அதுவே ஆகப் பரமன் ஆடுமே (5)

வாளை கிளர வளைவாள் எயிற்று வண்ணச் சிறுகூகை
மூளைத் தலையும் பிணமும் விழுங்கி முரலும் முதுகாட்டில்
தாளிப் பனையின் இலைபோல் மயிர்க்கட்டு அழல்வாய் அழல்கண் பேய்
கூளிக் கணங்கள் குழலோடு இயல்பக் குழகன் ஆடுமே (6)

நொந்திக் கிடந்த சுடலை தடவி நுகரும் புழுக்கின்றிச்
சிந்தித்து இருந்து அங்கு உறங்குஞ் சிறுபேய் சிரமப் படுகாட்டின்
முந்தி அமரர் முழவின் ஓசை முறைமை வழுவாமே
அந்தி நிருத்தம் அனல் கைஏந்தி அழகன் ஆடுமே (7)

வேய்கள் ஓங்கி வெண்முத்து உதிர வெடிகொள் சுடலையுள்
ஓயும் உருவில் உலறு கூந்தல் அலறு பகுவாய
பேய்கள் கூடிப் பிணங்கள் மாந்தி அணங்கும் பெருங்காட்டின்
மாயன் ஆட மலையான் மகளும் மருண்டு நோக்குமே (8)

கடுவன் உகளும் கழைசூழ் பொதும்பில் கழுகும் பேயுமாய்
இடுவெண் தலையும் ஏமப் புகையும் எழுந்த பெருங்காட்டில்
கொடுவெண் தலையும் பிறையும் ததும்பக் கொள்ளென்று இசைபாடப்
படுவெண் துடியும் பறையும் கறங்கப் பரமன் ஆடுமே (9)

குண்டை வயிற்றுக் குறிய சிறிய நெடிய பிறங்கற் பேய்
இண்டை படர்ந்து இருள்சூழ் மயானத்து எரிவாய் எயிற்றுப் பேய்
கொண்டு குழவி தடவி வெருட்டிக் கொள்ளென்று இசைபாட
மிண்டி மிளிர்ந்த சடைகள் தாழ விமலன் ஆடுமே (10)

சூடும் மதியம் சடைமேல் உடையார் சுழல்வார் திருநட்டம்
ஆடும் அரவம் அரையில் ஆர்த்த அடிகள் அருளாலே
காடு மலிந்த கனல்வாய் எற்றிக் காரைக்காற் பேய்தன்
பாடல் பத்தும் பாடி ஆடப் பாவம் நாசமே (11)

திருச்சிற்றம்பலம்!

திரு இரட்டைமணி மாலை

(கட்டளைக் கலித்துறையும், வெண்பாவும் விரவி வருவன)

இறைவனைத் தளராது வந்தி

கிளர்ந்து உந்து வெந்துயர் வந்து அடும்போது அஞ்சி நெஞ்சம் என்பாய்த்
தளர்ந்து இங்கு இருத்தல் தவிர்தி கண்டாய் தளராது வந்தி
வளர்ந்துந்து கங்கையும் வானத்து இடைவளர் கோட்டு வெள்ளை
இளந்திங்களும் எருக்கும் இருக்கும் சென்னி ஈசனுக்கே (1)

பிறவாது காப்பன்

ஈசன் அவன் அல்லாது இல்லை என நினைந்து
கூசி மனத்தகத்துக் கொண்டிருந்து - பேசி
மறவாது வாழ்வாரை மண்ணுலகத்து என்றும்
பிறவாமைக் காக்கும் பிரான் (2)

தொழுவார் துயர் தீர்ப்பன்

பிரான் என்று தன்னைப் பன்னாள் பரவித் தொழுவார் இடர் கண்டு
இரான் என்ன நிற்கின்ற ஈசன் கண்டீர் இன வண்டு கிண்டிப்
பொரா நின்ற கொன்றைப் பொதும்பர்க் கிடந்து பொம்மென்று உரைவாய்
அரா நின்று இரைக்கும் சடைச்செம்பொன் நீள்முடி அந்தணனே (3)

நெஞ்சே சிவபெருமானை நீ நினை

அந்தணனைத் தஞ்சம் என்று ஆட்பட்டார் ஆழாமே
வந்து அணைந்து காத்தளிக்கும் வல்லாளன் - கொந்தணைந்த
பொன்கண்டால் பூணாதே கோள் அரவம் பூண்டானே
என் கண்டாய் நெஞ்சே இனி (4)

உமை ஊடினால் என் செய்வீர்

இனிவார் சடையினில் கங்கை என்பாளை அங்கத்துஇருந்த
கனிவாய் மலைமங்கை காணில் என் செய்தி கையிற் சிலையால்
முனிவார் திரிபுரம் மூன்றும் வெந்து அன்றுசெந் தீயில் மூழ்கத்
தனிவார் கணை ஒன்றினால் மிகக் கோத்த எம் சங்கரனே (5)

நெஞ்சை இறைவனை இடைவிடாது போற்று

சங்கரனைத் தாழ்ந்த சடையானை அச்சடைமேல்
பொங்கு அரவம் வைத்துகந்த புண்ணியனை - அங்கொருநாள்
ஆவா என்று ஆழாமைக் காப்பானை எப்பொழுதும்
ஓவாது நெஞ்சே உரை   (6)

பாம்பைத் தொடேல் எனல்

உரைக்கப்படுவதும் ஒன்றுண்டு கேட்கிற் செவ்வான் தொடை மேல்
இரைக்கின்ற பாம்பினை என்றும் தொடேல் இழிந்து ஓட்டத்து எங்கும்
திரைக்கின்ற கங்கையும் தேன்நின்ற கொன்றையும் செஞ்சடைமேல்
விரைக்கின்ற வன்னியும் சென்னித் தலைவைத்த வேதியனே   (7)

திருமாலாலும் போற்றப்பட்ட பிரான்

வேதியனை வேதப் பொருளான வேதத்துக்கு
ஆதியனை ஆதிரை நன்னாளானைச் - சோதிப்பான்
வல் ஏனமாய்ப் புக்கு மாலவனும் மாட்டாது
கில்லேன் அமா என்றான் கீழ்   (8)

இறைவன் கழலைத் தாழாது இறைஞ்சிப் பணிமின்

கீழாயின துன்ப வெள்ளக் கடல் தள்ளி உள்ளூறப் போய்
வீழாது இருந்து இன்பம் வேண்டும் என்பீர் விரவார்புரங்கள்
பாழாயிடக் கண்ட கண்டன் எண்தோளன் பைம்பொற் கழலே
தாழாது இறைஞ்சிப் பணிந்து பன்னாளும் தலைநன்மினே   (9)

ஐந்தெழுத்து ஓது

தலையாய ஐந்தினையுஞ் சாதித்துத் தாழ்ந்து
தலையாயின உணர்ந்தோர் காண்பர் - தலையாய
அண்டத்தான் ஆதிரையான் ஆலாலம் உண்டிருண்ட
கண்டத்தான் செம்பொற் கழல்   (10)

அடியார் வழிபாடு ஆண்டவன் வழிபாடு இவற்றின் சிறப்பு

கழற்கொண்ட சேவடி காணலுற்றார் தம்மைப் பேணலுற்றார்
நிழற்கண்ட போழ்தத்து நில்லா வினைநிகர் ஏதுமின்றித்
தழற்கொண்ட சோதிச் செம்மேனி எம்மானைக் கைம்மா மலர்தூய்த்
தொழக்கண்டு நிற்கிற்குமோ துன்னி நம் அடும் தொல்வினையே   (11)

தொல்லைவினை சூழமுன் தாழாது வணங்கு

தொல்லை வினைவந்து சூழாமுன் தாழாமே
ஒல்லை வணங்கி உமையென்னும் - மெல்லியல் ஓர்
கூற்றானைக் கூற்றுருவம் காய்ந்தானை வாய்ந்திலங்கு
நீற்றானை நெஞ்சே நினை (12)

இறைவனே உயிர்கட்குப் பற்றுக்கோடு

நினையாது ஒழிதி கண்டாய் நெஞ்சமே இங்கோர் தஞ்சம் என்று
மனையாளையும் மக்கள் தம்மையும் தேறியோர் ஆறுபுக்கு
நனையாச் சடைமுடி நம்பன் நந்தாதை நொந்தாத செந்தீ
அனையான் அமரர் பிரான் அண்டவாணன் அடித்தலமே (13)

இராவணனை அடர்த்தது எவ்வாறு

அத்தலத்தில் அன்றரக்கன் ஐந்நான்கு தோளும்
முடித்தலமும் நீ முரித்தவாறு என் - முடித்தலத்தின்
ஆறாடி ஆறா அனலாடி அவ்வனலின்
நீறாடி நெய்யாடி நீ (14)

திரிபுரம் எரித்தது ஏன்

நீ நின்று தானவர் மாமதில் மூன்றும் நிரந்துடனே
தீநின்று வேவச் சிலை தொட்டவாறு என் திரங்கு வல்வாய்ப்
பேய் நின்று பாடப் பெருங்காடு அரங்காப் பெயர்ந்து நட்டம்
போய் நின்று பூதம் தொழச் செய்யும் மொய்கழற் புண்ணியனே (15)

அம்மானுக்கு ஆட்பட்ட அன்பு

புண்ணியங்கள் செய்தனவும் பொய்ந்நெறிக்கண் சாராமே
எண்ணியோர் ஐந்தும் இசைந்தனவால் - திண்ணிய
கைம்மாவின் ஈருரிவை மூவுருவும் போர்த்துகந்த
அம்மானுக்கு ஆட்பட்ட அன்பு (16)

அன்பால் அடைவது எங்ஙனம்

அன்பால் அடைவது எவ்வாறு கொல் மேலது ஓர் ஆடரவம்
தன்பால் ஒருவரைச் சார ஒட்டாததுவேயும் அன்றி
முன்பாயின் தலை ஓடுகள் கோத்து அவை ஆர்த்து வெள்ளை
என்பாயினவும் அணிந்து அங்கோர் ஏறுகந்து ஏறுவதே (17)

இடபமே வாகனம் ஏன்

ஏறலால் ஏறு மற்றிலையே எம்பெருமான்
ஆறெலாம் பாயும் அவிர்சடையோர் - வேறோர்
படங்குலவு நாகம் உமிழ் பண்டு அமரர் சூழ்ந்த
தடங்கடல் நஞ்சுண்டார் தமக்கு (18)

உமையை உடன் கொண்ட உத்தமர்

தமக்கு என்றும் இன்பணி செய்திருப்பேமுக்குத் தாம் ஒருநாள்
எமக்கு ஒன்று சொன்னால் அருளுங்கொலாம் இணையாதுமின்றிச்
சுமக்கின்ற பிள்ளை வெள்ளேறு ஒப்பது ஒன்று தொண்டைக் கனிவாய்
உமைக்கு என்று தேடிப் பெறாது உடனே கொண்ட உத்தமரே (19)

சிவபெருமானின் அன்பினில் ஆழ்

உத்தமராய் வாழ்வார் உலந்தக்கால் உற்றார்கள்
செத்த மரம் அடுக்கித் தீயாமுன் - உத்தமனாம்
நீள் ஆழி நஞ்சுண்ட நெய்யாடி தனைத்திறமே
கேள் ஆழி நெஞ்சே கிளர்ந்து (20)

திருச்சிற்றம்பலம்!

காரைக்கால் அம்மையார் அருளிச் செய்த அற்புதத் திருவந்தாதி

அம்மையாரின் அருட்பற்று

பிறந்து மொழிபயின்ற பின்னெல்லாம் காதல்
சிறந்துநின் சேவடியே சேர்ந்தேன் - நிறந்திகழும்
மைஞ்ஞான்ற கண்டத்து வானோர் பெருமானே
எஞ்ஞான்று தீர்ப்பது இடர் (1)

பயன் கருதா அன்பு

இடர் களையாரேனும் எமக்கு இரங்காரேனும்
படரும் நெறி பணியாரேனும் - சுடர் உருவில்
என்பறாக் கோலத்து எரியாடும் எம்மானார்க்கு
அன்பறாது என் நெஞ்சு அவர்க்கு (2)

எழுபிறப்பும் அவர்க்கே ஆளாதல்

அவர்க்கே எழுபிறப்பும் ஆளாவோம் என்றும்
அவர்க்கே நாம் அன்பாவது அல்லால் - பவர்சடைமேல்
பாகாப்போழ் சூடும் அவர்க்கு அல்லால் மற்றொருவர்க்கு
ஆகாப்போம் எஞ்ஞான்றும் ஆள் (3)

துன்பம் முறையீட்டைக் கேளாமை

ஆளானோம் அல்லல் அறிய முறையிட்டால்
கேளாதது என்கொலோ! கேளாமை - நீள்ஆகம்
செம்மையான் ஆகித் திருமிடறு மற்றொன்றாம்
எம்மை ஆட்கொண்ட இறை (4)

முத்தொழில் செய்பவன்

இறைவனே எவ்வுயிரும் தோற்றுவிப்பான்; தோற்றி
இறைவனே ஈண்டிறக்கம் செய்வான்; - இறைவனே
'எந்தாய்' என இரங்கும் எங்கள் மேல் வெந்துயரம்
வந்தால் அது மாற்றுவான் (5)

என் நெஞ்சத்தான்

வானத்தான் என்பாரும் என்க மற்று உம்பர்கோன்
தானத்தான் என்பாரும் தாம் என்க - ஞானத்தான்
முன்நஞ்சத்தால் இருண்ட மெய்யொளிசேர் கண்டத்தான்
என் நெஞ்சத்தான் என்பன் யான் (6)

இறைவனுக்கு ஆளாதல்

யானே தவமுடையேன் என்நெஞ்சே நன்னெஞ்சம்
யானே பிறப்பறுப்பான் எண்ணினேன் - யானே அக்
கைம்மா உரிபோர்த்த கண்ணுதலான் வெண்ணீற்ற
அம்மானுக்கு ஆளாயினேன் (7)

அவன் அருட்டன்மை

ஆயினேன் ஆள்வானுக்கு அன்றே பெறற்கரியன்
ஆயினேன் அஃதன்றே ஆமாறு - தூய
புனற்கங்கை ஏற்றானோர் பொன்வரையே போல்வான்
அனற் கங்கை ஏற்றான் அருள் (8)

திருவருட் சிறப்பு

அருளே உலகெல்லாம் ஆள்விப்பது ஈசன்
அருளே பிறப்பறுப்பது ஆனால் - அருளாலே
மெய்ப்பொருளை நோக்கும் விதியுடையேன் எஞ்ஞான்றும்
எப்பொருளும் ஆவது எனக்கு (9)

இறைவனே மனத்துக்கினிய வைப்புநிதி

எனக்கினிய எம்மானை ஈசனை யான் என்றும்
மனக்கினிய வைப்பாக வைத்தேன் - எனக்கு அவனைக்
கொண்டேன் பிரானாகக் கொள்வதுமே இன்புற்றேன்
உண்டே எனக்கு அரியது ஒன்று (10)

ஒப்பற்ற இறைவனையே நினைத்தல்

ஒன்றே நினைத்திருந்தேன் ஒன்றே துணிந்தொழிந்தேன்
ஒன்றே என் உள்ளத்தின் உள்ளடைத்தேன் - ஒன்றேகாண்

கங்கையான் திங்கள் கதிர்முடியான் பொங்கொளிசேர்
அங்கையாற்கு ஆளாம் அது (11)

ஆட்படுதலும் ஆட்கொள்ளப்படுதலும்

அதுவே பிரமன் ஆமாறு ஆட்கொள்ளும் ஆறும்
அதுவே இனி அறிந்தோமானால் - அதுவே
பனிக்கு அணங்கு கண்ணியார் ஒண்ணுதலின் மேலோர்
தனிக்கண் அங்கு வைத்தார் தகவு (12)

பாம்பணிதலை விலக்கக் கூறும் தாயன்பு

தகவுடையார் தாம் உளரேல் தார் அகலம் சாரப்
புகவிடுதல் பொல்லாது கண்டீர் - மிக அடர
ஊர்ந்திடும் மாநாகம் ஒருநாள் மலைமகளைச்
சார்ந்திடுமேல் ஏ பாவந்தான் (13)

இறைவனே பெரும்சேமம்

தானே தனிநெஞ்சம் தன்னை உயக்கொள்வான்
தானே பெரும்சேமம் செய்யுமால் - தானே ஓர்
நீணாகத்தால் பொலிந்து பொங்கழல்சேர் நஞ்சுமிழும்
தீணாகத் தானை நினைந்து (14)

இறைவனை நினையும் அன்பு

நினைந்திருந்து வானவர்கள் நீள்மலரால் பாதம்
புனைந்தும் அடிபொருந்த மாட்டார் - நினைந்திருந்து
மின் செய்வான் செஞ்சடையாய்; வேதியனே என்கின்றேற்கு
என் செய்வான் கொல்லோ இனி (15)

பிறவிக் கடலைக் கடக்க உபாயம்

இனியோ நம் உய்ந்தோம் இறைவன் தாள் சேர்ந்தோம்
இனியோர் இடரில்லோம் நெஞ்சே - இனியோர்
வினைக்கடலை ஆக்குவிக்கும் மீளாப் பிறவிக்
கனைக்கடலை நீந்தினோம் காண் (16)

மூவகை நிலையில் இறைவனைக் காணல்

காண்பார்க்கும் காணலாம் தன்மையனே கைதொழுது
காண்பார்க்கும் காணலாம் காதலால் - காண்பார்க்குச்
சோதியாய் சிந்தையுளே தோன்றுமே தொல்லுலகுக்கு
ஆதியாய் நின்ற அரன் (17)

இறைவனின் பண்பு யாதோ

அரன் என்கோ நான்முகன் என்கோ அரிய
பரன் என்கோ பண்புணர மாட்டேன் - முரண்அழியத்
தானவனைப் பாதத்து தனிவிரலால் செற்றானை
யானவனை எம்மானை இன்று (18)

அருமையும் எளிமையும்

இன்று நமக்கு எளிதே மாலுக்கும் நான்முகற்கும்
அன்றும் அளப்பரியன் ஆனானை - என்றும் ஓர்
மூவா மதியானை மூவேழ் உலகங்கள்
ஆவானைக் காணும் அறிவு (19)

உயிரறிவுக்குச் செய்யும் உதவி

அறிவானும் தானே அறிவிப்பான் தானே
அறிவாய் அறிகின்றான் தானே - அறிகின்ற
மெய்ப்பொருளும் தானே விரிசுடர் பார் ஆகாசம்
அப்பொருளும் தானே அவன் (20)

அட்டமூர்த்தி

அவனே இருசுடர் தீ ஆகாசம் ஆவான்
அவனே புவி புனல் காற்று ஆவான் - அவனே
இயமானனாய் அட்டமூர்த்தியுமாய் ஞான
மயனாகி நின்றானும் வந்து (21)

பாம்பணிதலை விலக்கக் கூறும் பரிவு

வந்து இதனைக் கொள்வதே ஒக்கும் இவ்வாளரவின்
சிந்தை அது தெரிந்து காண்மினோ - வந்து ஓர்
இரா நீர் இருண்டனைய கண்டத் தீர் எங்கள்
பிரானீர் உம் சென்னிப் பிறை (22)

பயன் கருதா அன்பு

பிறையும் புனலும் அனல் அரவும் சூடும்
இறைவன் எமக்கு இரங்காரேனும் - கறைமிடற்ற
எந்தையார்க்கு ஆட்பட்டோம் என்றென்று இருக்குமே
எந்தையா உள்ளம் இது (23)

இறைவன் திருவுருவைச் சிந்தித்தல் பெரும் சேமம்

இதுவன்றே ஈசன் திருவுருவம் ஆமா
இதுவன்றே என்றனுக்கு ஓர் சேமம் - இதுவன்றே
மின்னும் சுடருருவாய் மீண்டாய் என் சிந்தனைக்கே
இன்னும் சுழல்கின்றது இங்கு (24)

நள்ளிரவில் சுடுகாட்டில் ஆடுவது ஏன்?

இங்கிருந்து சொல்லுவது என் எம்பெருமான் எண்ணாதே
எங்கும் பலிதிரியும் எத்திறமும் - பொங்கு இரவில்
ஈமவனத்து ஆடுவதும் என்னுக்கென்று ஆராய்வோம்
நாம் அவனைக் காணலுற்ற ஞான்று (25)

உருவ வருணனை

ஞான்ற குழற்சடைகள் பொன்வரை போல் மின்னுவன
போன்ற கறைமிடற்றான் பொன்மார்பின் - ஞான்றெங்கும்
மிக்கு அயலே தோன்ற விளங்கி மிளிருமே
அக்க அயலே வைத்த அரவு (26)

பாம்பாபரணம் பூணாது பொன்னாபரணம் பூண வேண்டல்

அரவம் ஒன்று ஆகத்து நீ நயந்து பூணேல்
பரவித் தொழுது இரந்தோம் பன்னாள் - முரணழிய
ஒன்னாதார் மூவெயிலும் ஓரம்பால் எய்தானே
பொன்னாரம் மற்றொன்று பூண் (27)

பாம்பையே ஆபரணமாக, கச்சையாக, மாலையாக அணிந்தது ஏன்?

பூணாக ஒன்று புனைந்து ஒன்று பொங்கு அதளின்
நாணாக மேல் மிளிர நன்கு அமைத்துக் - கோள்நாகம்
பொன்முடிமேல் சூடுவதும் எல்லாம் பொறியிலியேற்கு
என்முடிவதாக இவர் (28)

அடியவர்க்குப் பூக்கோலம், அல்லாதார்க்குப் பேய்க்கோலம்

இவரைப் பொருள் உணர மாட்டாதார் எல்லாம்
இவரை இகழ்வதே கண்டீர் - இவர் தமது
பூக்கோல மேனிப் பொடிபூசி என்பு அணிந்த
பேய்க்கோலம் கண்டார் பிறர் (29)

அருமையும் எளிமையும்

பிறர் அறியலாகாப் பெருமையரும் தாமே
பிறர் அறியும் பேருணர்வும் தாமே - பிறருடைய
என்பே அணிந்து இரவில் தீயாடும் எம்மானார்
வன்பேயும் தாமும் மகிழ்ந்து (30)

பேரன்பினை இன்னும் பெருக்கு

மகிழ்தி மடநெஞ்சே மானுடரில் நீயும்
திகழ்தி பெரும்சேமம் சேர்ந்தாய் - இகழாதே
யார் என்பேயேனும் அணிந்து உழல்வார்க்கு ஆட்பட்ட
பேரன்பே இன்னும் பெருக்கு (31)

பூணூலின் தோற்றம்

பெருகொளிய செஞ்சடைமேல் பிள்ளைப் பிறையின்
ஒருகதிரே போந்து ஒழுகிற்று ஒக்கும் - தெரியின்
முதற்கண்ணான் முப்புரங்கள் அன்றெரித்தான் மூவா
நுதற்கண்ணான் தன்மார்பின் நூல்   (32)

கருதுவார் கருதும் உருவம்

நூலறிவு பேசி நுழைவிலாதார் திரிக
நீலமணி மிடற்றான் நீர்மையே - மேலுவந்தது
எக்கோலத்து எவ்வுருவாய் எத்தவங்கள் செய்வார்க்கும்
அக்கோலத்து அவ்வுருவே ஆம்   (33)

அணையாதார் அடையும் துன்பம்

ஆமாறு அறியாவே வல்வினைகள் அந்தரத்தே
நாமாள் என்று ஏத்தார் நகர் மூன்றும் - வேமாறு
ஒரு கணையால் செற்றானை உள்ளத்தால் உள்ளி
அருகணையா தாரை அடும்   (34)

கண்டமும் இருளும்

அடுங்கண்டாய் வெண்மதி என்று அஞ்சி இருள்போந்து
இடங்கொண்டு இருக்கின்றது ஒக்கும் - படங்கொள்
அணிமிடற்ற பேழ்வாய் அரவசைத்தான் கோல
மணிமிடற்றின் உள்ள மறு   (35)

பிறை வளராமைக்குக் காரணம்

மறுவுடைய கண்டத்தீர் வார்சடைமேல் நாகம்
தெறும் என்று தேய்தந்துழலும் ஆஆ - உறுவான்
தளர மீது ஓடுமேல் தான்அதனை அஞ்சி
வளருமோ பிள்ளை மதி   (36)

மறவாது ஏத்துவார் மீண்டும் பிறவார்

மதியா அடல் அவுணர் மாமதில் மூன்று அட்ட
மதியார் வளர் சடையினானை - மதியாலே
என்பு ஆக்கையால் இகழாது ஏத்துவரேல் இவ்வுலகில்
என்பு ஆக்கையாய்ப் பிறவார் ஈண்டு (37)

மதி சிறுத்த காரணம்

ஈண்டு ஒளிசேர் வானத்து எழுமதியை வாளரவம்
தீண்டச் சிறுகியதே போலாதே - பூண்டதோர்
தாரேறு பாம்புடையான் மார்பில் தழைத்திலங்கு
கூரேறு கார்ஏனக் கொம்பு (38)

திருமேனி பொன்மலை வெள்ளிமலையாய் விளங்குதல்

கொம்பினை ஓர் பாகத்துக் கொண்ட குழகன்தன்
அம்பவளமேனி அது முன்னம் - செம்பொன்
அணிவரையே போலும் பொடி அணிந்தால் வெள்ளி
மணிவரையே போலும் மறித்து (39)

அடியாரை மருவு, அல்லாதாரை ஒருவு

மறித்தும் மடநெஞ்சே வாயாலும் சொல்லிக்
குறித்துத் தொழு தொண்டர் பாதம் - குறித்தொருவர்
கொள்ளாத திங்கள் குறுங்கண்ணி கொண்டார்மாட்டு
உள்ளாதார் கூட்டம் ஒருவு (40)

நின் உருவம் எது?

ஒருபால் உலகளந்த மாலவனாம் மற்றை
ஒருபால் உமையவளாம் என்றால் - இருபாலும்
நின் உருவமாக நிறந்தெரிய மாட்டோமால்
நின்னுருவோ மின்னுருவோ நேர்ந்து (41)

பிறை வளராமைக்குக் காரணம் என்ன?

நேர்ந்து அரவம் கொள்ளச் சிறுகிற்றோ நீ அதனை
ஈர்த்தளவே கொண்டு இசை வைத்தாயோ - பேர்ந்து
வளங்குழவித் தாய் வளர மாட்டாதோ என்னோ
இளங்குழவித் திங்கள் இது?   (42)

பலி ஏற்பதை விலக்கக் கூறும் தாயன்பு

திங்கள் இது சூடிச் சில்பவிக்கு என்று ஊர் திரியேல்
எங்கள் பெருமானே என்று இரந்து - பொங்கொளிய
வானோர் விலக்காரேல் யாம்விலக்க வல்லமே
தானே அறிவான் தனக்கு   (43)

எளியேனுக்கு அருளாமைக்குக் காரணம் என்ன?

தனக்கே அடியனாய்த் தன்னையடைந்து வாழும்
எனக்கே அருளாவாறு என்கொல் - மனக்கினிய
சீராளன் கங்கை மணாளன் செம்மேனிப்
பேராளன் வானோர் பிரான்   (44)

முழுமுதல் தன்மை, பேரருளுடைமை, வியாபகத் தன்மை

பிரான் அவனை நோக்கும் பெருநெறியே பேணிப்
பிரான் அவன்தன் பேரருளே வேண்டிப் - பிரானவனை
எங்குற்றான் என்பீர்கள் என்போல்வார் சிந்தையினும்
இங்குற்றான் காண்பார்க்கு எளிது   (45)

இறைவனைச் சிந்தித்தல் அடியவர்க்கு எளிய செயல்

எளியது இதுவன்றே ஏழைகாள் யாதும்
அளியீர் அறிவிலீர் ஆஆ - ஒளிகொள்மிடற்று
எந்தை அராப் பூண்டு உழலும் எம்மானை உள்நினைந்த
சிந்தையராய் வாழும் திறன்   (46)

திருவருளே திருவடிக்கண் சேர்ப்பிக்கும்

திறத்தான் மடநெஞ்சே சென்றடைவது அல்லால்
பெறத்தானும் ஆதியோ பேதாய் - நிறத்த
இருவடிக்கண் ஏழைக்கு ஒரு பாகம் ஈந்தான்
திருவடிக்கண் சேரும் திரு (47)

மதியில்லா அரவு

திருமார்பில் ஏனச் செழுமருப்பைப் பார்க்கும்
பெருமர் பிறைக்கொழுந்தை நோக்கும் - ஒருநாள்
இது மதியென்று ஒன்றாக இன்றளவுந் தேராது
அது மதியொன்று இல்லா அரா (48)

சடையின் தோற்றம்

அராவி வளைத்தனைய அங்குழவித் திங்கள்
விராவு கதிர் விரிய ஓடி - விராவுதலால்
பொன்னோடு வெள்ளிப் புரிபுரிந்தாற் போலாவே
தன்னோடே ஒப்பான் சடை (49)

குலப்பாவை குழல் தோற்றம்

சடைமேல் அக்கொன்றை தருகனிகள் போந்து
புடைமேவித் தாழ்ந்தனவே போலும் - முடிமேல்
வலப்பால் அக்கோலமதி வைத்ததான் தன் பங்கின்
குலப்பாவை நீலக் குழல் (50)

உமையுடன் சுடுகாட்டிற்குச் செல்லற்க

குழலார் சிறுபுறத்துக் கோல்வளையைப் பாகத்து
எழிலாக வைத்தேக வேண்டா - கழலார்ப்பப்
பேரிரவில் ஈமப் பெருங்காட்டில் பேயோடும்
ஆரழல்வாய் நீ ஆடும் அங்கு (51)

சிரமாலையின் தோற்றம்

அங்கண் முழுமதியம் செக்கர் அகல்வானத்து
எங்கும் இனிது எழுந்தால் ஒவ்வாதே - செங்கண்
திருமாலைப் பங்குடையான் செஞ்சடைமேல் வைத்த
சிரமாலை தோன்றுவதோர் சீர் (52)

திருமுடியின் தோற்றம்

சீரார்ந்த கொன்றை மலர் தழைப்பச் சேணுலவி
நீரார்ந்த பேரியாறு நீத்தமாய்ப் - போரார்ந்த
நாண் பாம்பு கொண்டசைத்த நம் ஈசன் பொன்முடிதான்
காண்பர்க்குச் செவ்வேயோர் கார் (53)

திருமாலும் காணா திருவுரு

காருருவக் கண்டித்து எம் கண்ணுதலே எங்கொளித்தாய்
ஓருருவாய் நின்னோடு உழிதருவான் - நீர்உருவ
மேகத்தால் செய்தனைய மேனியான் நின்னுடைய
பாகத்தான் காணாமே பண்டு (54)

கண்டக் கறுப்பும் மதியின் வடுவும்

பண்டு அமரர் அஞ்சப் படுகடலின் நஞ்சுண்டு
கண்டம் கறுத்ததுவும் அன்றியே - உண்டு
பணியுறுவார் செஞ்சடைமேல் பால்மதியின் உள்ளே
மணி மறுவாய்த் தோன்றும் வடு (55)

நிலாச் சூடும் காரணம்

வடுவன்று எனக் கருதி மதித்தியாயின்
கடுவெண் பொடி நிறுத்தாய் சொல்லாய் - படுவெண்
புலால் தலையினுள் ஊண் புறம்பேசக் கேட்டோம்
நிலாத் தலையில் சூடுவாய் நீ (56)

பலியேற்க அரவொழியச் செல்

நீ உலகம் எல்லாம் இருப்பினும் நின்னுடைய
தீய அரவொழியச் செல் கண்டாய் - தூய
மடவரலார் வந்து பலியிடார் அஞ்சி
விடஅரவம் மேல் ஆட மிக்கு (57)

சடையும் குழலும்

மிக்க முழங்கெரியும் வீங்கிய பொங்கிருளும்
ஒக்க உடனிருந்தால் ஒவ்வாதே - செக்கர்போல்
ஆகத்தான் செஞ்சடையும் ஆங்கவன்தன் பொன்னுருவில்
பாகத்தாள் பூங்குழலும் பண்பு (58)

நீறணிவது எவ்வுருவம்

பண்புணர மாட்டேன் நான் நீயே பணித்துக்காண்
கண்புணரும் நெற்றிக் கறைக்கண்டா - பெண்புணரும்
அவ்வுருவோ மாலுருவோ ஆனேற்றாய் நீறணிவது
எவ்வுருவோ நின்னுருவ மேல் (59)

யானைத் தோல் போர்த்த திருமேனி

மேலாய மேகங்கள் கூடியோர் பொன்விலங்கல்
போலாம் ஒளி புதைத்தால் ஒவ்வாதே - மாலாய
கைம்மா மதக்களிற்றுக் காருரிவை போர்த்தபோது
அம்மான் திருமேனி அன்று (60)

எவ்வுருவோ நின்னுருவம்

அன்றும் திருவுருவம் காணாதே ஆட்பட்டேன்
இன்றும் திருவுருவம் காண்கிலேன் - என்றும்தான்
எவ்வுருவோ நும்பிரான் என்பார்கட்கு என்றுரைக்கேன்
எவ்வுருவோ நின்னுருவம் ஏது (61)

வேட வடிவு

ஏதொக்கும் ஏதொவ்வாது ஏதாகும் ஏதாகாது
ஏதொக்கும் என்பதனை யார் அறிவார் - பூதப்பால்
வில்வேடனாகி விசயனோடு ஏற்றநாள்
வல்வேடன் ஆன வடிவு (62)

பிறை பகலில் ஒளி வீசுமோ?

வடிவுடைய செங்கதிர்க்கு மாறாய்ப் பகலே
நெடிதுலவி நின்றெரிக்கும் கொல்லோ - கடியுலவு
சொன்முடிவு ஒன்றில்லாத சோதியாய் சொல்லாயால்
நின்முடிமேல் திங்கள் நிலா (63)

பாம்பு திரியும் காட்சி

நிலா இலங்கு வெண்மதியை நேடிக் கொள்வான்போல்
உலாவி உழிதருமோ கொல்லோ - நிலாவிருந்த
செக்கர் அவ்வானமே ஒக்கும் திருமுடிக்கே
புக்கரவம் காலையே போன்று (64)

கால தத்துவத்துள் கடவுளைக் காணல்

காலையே போன்று இலங்கும் மேனி கடும்பகலின்
வேலையே போன்று இலங்கும் வெண்ணீறு - மாலையின்
தாங்குருவே போலும் சடைக்கற்றை மற்றவற்கு
வீங்கிருளே போலும் மிடறு (65)

பாம்பின் கருமைக்குக் காரணம் என்ன?

மிடற்றில் விடம்உடையீர் உம்மிடற்றை நக்கி
மிடற்றில் விடங்கொண்ட வாறோ - மிடற்றகத்து
மைத்தாம் இருள்போலும் வண்ணம் கரிதாலோ
பைத்தாடும் நும்மார்பிற் பாம்பு (66)

திருவடிச் சிலம்பும் மலையும்

பாம்பும் மதியும் மடமானும் பாய்புலியும்
தாம்பயின்று தாழ்அருவி தாங்குதலால் - ஆம்பொன்
உருவடிவில் ஓங்கொளிசேர் கண்ணுதலான் கோலத்
திருவடியின் மேய சிலம்பு (67)

முடிச் சிகப்பிற்குக் காரணம்

சிலம்படியான் ஊடலைத் தான் தவிர்ப்பான் வேண்டிச்
சிலம்படிமேல் செவ்வரத்தம் சேர்த்தி - நலம்பெற்று
எதிராய செக்கரினும் இக்கோலம் செய்தான்
முதிரா மதியான் முடி (68)

திருவடிக்கு அடிமை

முடிமேல் கொடுமதியின் முக்கணான் நல்ல
அடிமேல் கொடுமதியோம் கூற்றைப் - படிமேல்
குனிய வலமாம் அடிமை கொண்டாடப் பெற்றோம்
இனி அவலம் உண்டோ எமக்கு (69)

எரி பாய்ந்து ஆடும் இடம்

எமக்கு இதுவோ பேராசை என்றும் தவிராது
எமக்கு ஒருநாள் காட்டுதியோ எந்தாய் - அமைக்கவே
போந்து எரி பாய்ந்தன்ன புரிசடையாய் பொங்கிரவில்
ஏந்துஎரி பாய்ந்து ஆடும் இடம் (70)

இரு தேவியருடன் போற்றுதல்

இடப்பால வானத்து எழுமதியை நீ ஓர்
மடப்பாவை தன்னருகே வைத்தால் - இடப்பாகம்
கொண்டாள் மலைப்பாவை கூறொன்றும் கண்டிலங்காண்
கண்டாயே முக்கண்ணாய் கண் (71)

தொண்டின்றி விடும் வேண்டாமை

கண்டு எந்தை என்று இறைஞ்சிக் கைப்பணியான் செய்யேனேல்
அண்டம் பெறினும் அது வேண்டேன் - துண்டஞ்சேர்
விண்ணாளுந் திங்களாய் மிக்குலகம் ஏழினுக்கும்
கண்ணாளா ஈது என் கருத்து (72)

திருவடியை எப்போதும் ஓது

கருத்தினால் நீ கருதிற்றெல்லாம் உடனே
திருத்தலாம் சிக்கென நான் சொன்னேன் - பருத்தரங்க
வெள்ளநீர் ஏற்றான் அடிக்கமலம் நீ விரும்பி
உள்ளமே எப்போதும் ஓது (73)

பலி பாத்திரம் நிரம்பியது ஏன்?

ஓத நெடுங்கடல்கள் எத்தனையும் உய்த்திட்ட
ஏதும் நிறைந்தில்லை என்பரால் - பேதையர்கள்
எண்ணாது இடும்பலியால் என்னோ நிறைந்தவா
கண்ணார் கபாலக் கலம் (74)

சடையும் விசும்பும்

கலங்கு புனற்கங்கை ஊடாட லாலும்
இலங்கு மதி இயங்கலாலும் - தலங்கொள்
பரிசுடையான் நீள்முடிமேல் பாம்பு இயங்கலாலும்
விரிசடையாம் காணில் விசும்பு (75)

திருவடித் தழும்பிற்குக் காரணம்

விசும்பில் விதியுடைய விண்ணோர் பணிந்து
பசும்பொன் மணிமகுடம் தேய்ப்ப - முசிந்து எங்கும்
எந்தாய் தழும்பேறியே பாவம் பொல்லாவாம்
அந்தாமரை போல் அடி (76)

திருக்கூத்துச் சிறப்பு

அடிபேரின் பாதாளம் பேரும் அடிகள்
முடிபேரின் மாமுகடு பேரும் - கடகம்
மறிந்தாடு கைபேரில் வான்திசைகள் பேரும்
அறிந்தாடும் ஆற்றாது அரங்கு (77)

பன்னாள் இரத்தலின் பயன்

அரங்கமாப் பேய்க்காட்டில் ஆடுவான் வாளா
இரங்குமோ எவ்வுயிர்க்கும் ஏழாய் - இரங்குமேல்
என்னாக வையான்தான் எவ்வுலகம் ஈந்தளியான்
பன்னாள் இரந்தால் பணிந்து (78)

பெருமிதத்திற்குக் காரணம்

பணிந்தும் படர்சடையான் பாதங்கள் போனதால்
அணிந்தும் அணிந்தவரை ஏத்தத் - துணிந்தென்றும்
எந்தையார்க்கு ஆட்செய்யப் பெற்ற இதுகொலோ
சிந்தையார்க்கு உள்ள செருக்கு (79)

திருவடியின் ஆற்றல்

செருக்கினால் வெற்பெடுத்த எத்தனையோ திண்தோள்
அரக்கனையும் முன்னின்று அடர்த்த - திருத்தக்க
மாலயனும் காணாது அரற்றி மகிழ்ந்தேத்தக்
காலனையும் வென்றுதைத்த கால் (80)

திருவடிச் சார்பின் சிறப்பு

காலனையும் வென்றோம் கடுநரகம் கைகழன்றோம்
மேலை இருவினையும் வேரறுத்தோம் - கோல
அரணார் அவிந்தழிய வெந்தீஅம் பெய்தான்
சரணார விந்தங்கள் சார்ந்து (81)

சார்ந்தார் அனுபவிக்கும் இன்பமும், சாராதார் அடையும் துன்பமும்

சார்ந்தார்க்குப் பொற்கொழுந்தே ஒத்து இலங்கிச் சாராது
பேர்ந்தார்க்குத் தீக்கொடியின் பெற்றியதாம் - தேர்ந்துணரில்
தாழ்சுடரோன் செங்கதிரும் சாயும் தழல்வண்ணன்
வீழ்சடையே என்றுரைக்கும் மின் (82)

சிவனும் திருமாலும் இணைந்த கோலம்

மின்போலும் செஞ்சடையான் மாலோடும் ஈண்டிசைந்தால்
என்போலும் காண்பார்கட்கு என்றிரேல் - தன்போலும்
பொற்குன்றும் நீலமணிக்குன்றும் தாமுடனே
நிற்கின்ற போலும் நெடிது (83)

முக்கண்ணின் தன்மை

நெடிதாய பொங்கெரியும் தண்மதியும் நேரே
கடிதாம் கடுஞ்சுடரும் போலும் - கொடிதாக
விண்டார்கள் மும்மதிலும் வெந்தீயினில் அழியக்
கண்டாலும் முக்கணான் கண் (84)

இறைவனை வழிபட்டிருக்கும் நிலை

கண்ணாரக் கண்டும் என் கையாரக் கூப்பியும்
எண்ணார எண்ணத்தால் எண்ணியும் - விண்ணோன்
எரியாடி என்றென்றும் இன்புறுவன் கொல்லோ
பெரியானைக் காணப் பெறின் (85)

முக்கண்ணின் தன்மை

பெறினும் பிறிது யாதும் வேண்டோம் நமக்கீது
உறினும் உறாது ஒழியுமேனும் - சிறிதுணர்த்தி
மற்றொருகண் நெற்றிமேல் வைத்தான்தன் பேயாய
நற்கணத்தில் ஒன்றாய நாம் (86)

திரிகரணங்களும் ஒன்றிய வழிபாடு

நாமாலை சூடியும் நம் ஈசன் பொன்னடிக்கே
பூமாலை கொண்டு புனைந்து அன்பாய் - நாமோர்
அறிவினையே பற்றினால் எற்றேது அடுமே
எறிவினையே என்னும் இருள் (87)

கண்டத்து ஒளி என் சொல்வேன்?

இருளின் உரு என்கோ மாமேகம் என்கோ
மருளின் மணிநீலம் என்கோ - அருள் எமக்கு
நன்றுடையாய் செஞ்சடைமேல் நக்கு இலங்கு வெண்மதியம்
ஒன்றுடையாய் கண்டத்து ஒளி (88)

கண்டம் இருள் கொண்டவாறு என்

ஒளிவிலி வன்மதனை ஒண்பொடியா நோக்கித்
தெளிவுள்ள சிந்தனையில் சேர்வாய் - ஒளிநஞ்சம்
உண்டவாய் அஃதிருப்ப உன்னுடைய கண்டம் இருள்
கொண்டவாறு என் இதனைக் கூறு (89)

கங்கை பெருகில் என் செய்வாய்?

கூறு எமக்கீது எந்தாய் குளிர்சடையை மீதழித்திட்டு
ஏற மிகப் பெருகின் என் செய்தி - சீறி
விழித்தூரும் வாளரவும் வெண்மதியும் ஈர்த்துத்
தெழித்தோடும் கங்கைத் திரை (90)

புறங்கூறுவது ஏன்?

திரைமருவு செஞ்சடையான் சேவடிக்கே ஆளாய்
உரை மருவி யாமுணர்ந்தோம் கண்டீர் - தெரிமினோ
இம்மைக்கும் அம்மைக்கும் எல்லாம் அமைந்தோமே
எம்மைப் புறனுரைப்பது என் (91)

எம்மை உடையான்

என்னை உடையானும் ஏகமாய் நின்றானும்
தன்னை அறியாத தன்மையனும் - பொன்னைச்
சுருளாகச் செய்தனைய தூச்சடையான் வானோர்க்கு
அருளாக வைத்த அவன் (92)

உண்மை அன்புடன் இறைவனை விரும்பு

அவன் கண்டாய் வானோர் பிரானாவான் என்றும்
அவன் கண்டாய் அம்பவள வண்ணன் - அவன்கண்டாய்
மைத்தமர்ந்த கண்டத்தான் மற்றவன்பால் நன்னெஞ்சே
மெய்த்தமர்ந்து அன்பாய் நீ விரும்பு (93)

அம்மையாரைப் பிரியாதிருத்தற்குக் காரணம்

விருப்பினால் நீ பிரிய கில்லாயோ வேறா
இருப்பிடம் மற்று இல்லையோ என்னோ - பொருப்பன்மகள்
மஞ்சுபோல் மால் விடையாய் நிற்பிரிந்து வேறிருக்க
அஞ்சுமோ சொல்லாய் அவள் (94)

அன்பினால் அணிமையுடையார் யார்?

அவளோர் குலமங்கை பாகத்து அகலாள்
இவளோர் சலமகளும் ஈதே - தவளநீறு
என்பு அணிவீர் என்றும் பிரிந்தறியீர் ஈங்கிவருள்
அன்பு அணியார் சொல்லுமின் இங்கு ஆர் (95)

ஆர் வல்லார் காண அரனை

ஆர்வல்லார் காண அரன் அவனை அன்பென்னும்
போர்வை அதனாலே போர்த்தமைத்துச் - சீர்வல்ல
தாயத்தால் நாமும் தனிநெஞ்சின் உள்ளடைத்து
மாயத்தால் வைத்தோம் மறைத்து (96)

செந்தீ அழல் எங்கு?

மறைத்து உலகம் ஏழினிலும் வைத்தாயோ அன்றேல்
உறைப்போடும் உன்கைக் கொண்டாயோ - நிறைத்திட்டு
உளைந்து எழுந்து நீ எரிப்ப மூவுலகும் உள்புக்கு
அளைந்து எழுந்த செந்தீ அழல்   (97)

கையின் சிகப்பிற்குக் காரணம் என்ன?

அழலாட அங்கை சிவந்ததோ அங்கை
அழகால் அழல் சிவந்தவாறோ - கழலாடப்
பேயோடு கானிற் பிறங்க அனல் ஏந்தித்
தீயாடுவாய் இதனைச் செப்பு   (98)

யார் காண நடனம்?

செப்பேந்து இளமுலையாள் காணவோ தீப்படுகாட்டு
அப்பேய்க்கணம் அவைதாம் காணவோ - செப்பு எனக்கு ஒன்று
ஆகத்தான் அங்காந்து அனல் உமிழும் ஐவாய
நாகத்தாய் ஆடு உன் நடம்   (99)

இறைவன் ஏறும் ஏறு

நடக்கிற் படி நடுங்கும் நோக்கில் திசை வேம்
இடிக்கின் உலகு அனைத்தும் ஏங்கும் - அடுக்கல்
பொரும் ஏறோ ஆனேறோ பொன்ஒப்பாய் நின்னே
உரும் ஏறோ ஒன்றா உரை   (100)

நூற்பயன்

உரையினால் இம்மாலை அந்தாதி வெண்பாக்
கரைவினால் காரைக்கால்பேய் சொல் - பரவுவார்
ஆராத அன்பினோடு அண்ணலைச் சென்று ஏத்துவார்
பேராத காதல் பிறந்து   (101)

திருச்சிற்றம்பலம்!